பிரபஞ்சன்
தேர்ந்தெடுத்த சிறுகதைகள்

தேர்வும் தொகுப்பும்

பி.என்.எஸ். பாண்டியன்

டிஸ்கவரி பப்ளிகேஷன்ஸ்

எண்: 9, பிளாட் எண்: 1080A, ரோஹிணி பிளாட்ஸ்
முனுசாமி சாலை, கே.கே.நகர் மேற்கு,
சென்னை - 600 078. பேச: 99404 46650

வெளியீட்டு எண்: 0396

பிரபஞ்சன் தேர்ந்தெடுத்த சிறுகதைகள் (சிறுகதை)
தேர்வும் தொகுப்பும்: பி.என்.எஸ். பாண்டியன்

Prapanchan Thernthedutha Sirukathaigal **(Short story)**
Compiled by : P.N.S. Pandiyan

Print in India

1st Edition: November - 2019
2nd Edition : November - 2024
ISBN No : 978-81-9434-650-0
Pages - 160
Rs. 180

Publisher • Sales Rights

Discovery Publications	**Discovery Book Palace (P) Ltd**
No. 9, Plot,1080A, Rohini Flats, Munusamy Salai, K.K.Nagar West, Chennai - 78. Tamilnadu, India. Mobile: +91 99404 46650	No. 1055-B, Munusamy Salai, K.K.Nagar West, Chennai-600 078. Ph: (044) 4855 7525 Mobile: +91 87545 07070

discoverybookpalace@gmail.com / www.discoverybookpalace.com

இந்த நூலில் பிரசுரமாகியுள்ள எந்த ஒரு பகுதியையும் எழுத்துபூர்வமான முன்அனுமதி பெறாமல் எடுத்தாள்வதோ, மறுபிரசுரம் செய்வதோ, மொழியாக்கம் செய்வதோ, ஊடகங்களில் மறுபதிப்புச் செய்வதோ, காப்புரிமைச் சட்டப்படி தடை செய்யப்பட்டுள்ளது. இந்த நூலிலிருந்து சில பகுதிகளை மேற்கோள்காட்டி நூல்அறிமுகம் செய்யலாம்.

உங்கள் மொபைல் போனிலிருந்து ஸ்கேன் செய்து 'டிஸ்கவரி புக் பேலஸ்' மொபைல் ஆப்பை டவுன்லோடு செய்து, புத்தகங்களை வாங்குங்கள்.

Scan and download

பிரபஞ்சன் உங்கள் முன்தோன்றி கதைகளைச் சொல்வார்!

மனித மனங்களை லேசான மயிலிறகால் வருடும் கதைகளுக்குச் சொந்தக்காரர் பிரபஞ்சன். மனிதத்தையும், மனிதநேயத்தையும் வலியுறுத்தின பிரபஞ்சனின் எழுத்துக்கள். புதுச்சேரியில் ரோமண்ட் ரோலன் என்ற பெயரில் இயங்கும் அருமையான நூலகத்தில் இருந்த பிரெஞ்ச் மற்றும் ரஷ்ய இலக்கியங்களின் தமிழ் மொழிபெயர்ப்புகள், படைப்பிலக்கியத்தின் பல சாகைகளை, பல கோணங்களை, பல பார்வைகளை தனக்கு அளித்தது என்று கூறும் பிரபஞ்சனுக்கும் எனக்குமான சந்திப்பு நிகழ்ந்ததே அந்த ரோமண்ட் ரோலன் நூலகத்தின் வாயிலில்தான். ஒரு மாணவனுக்கும், ஆசிரியருக்கும் உள்ள உறவு கொஞ்சம் கொஞ்சமாக வளர்ந்தது. காரணம், பிரபஞ்சனின் சிறுகதைகள்தான். அவை, மானுடத்தை பேசின. வளர்த்தன. கொண்டாடின.

மனிதர்கள் எப்படியெல்லாம் இருக்க வேண்டும் என்று போதித்தன பிரபஞ்சனின் சிறுகதைகள். அது போதனையாக அல்ல. அறிவுறுத்தலாக அல்ல. அழகிய பட்டாம்பூச்சி நம்மைச்சுற்றி பறக்கும்போது, அதன் இறக்கைகளை பிடிக்காமல் பறப்பதை ரசிக்கிறோமே அப்படி. இப்படித்தான் பிரபஞ்சனின் கதைகள் வாழ்வை ரசிக்க வைத்தன.

இந்த நூலில் தேர்ந்தெடுக்கப்பட்டுள்ள கதைகள், என் வாழ்வில் நகமும், சதையுமாக ஒட்டிவிட்ட பிரபஞ்சனின் எழுத்துச்சிந்தனைகள் என்றால் அதுமிகையாகாது. போலவே, நான் ரசித்து சிலாகித்த கதைகள் மட்டுமல்ல இவை.

பிரபஞ்சனோடு பகிர்ந்துகொண்ட, கேள்வி கேட்டுக் கொண்ட, படித்ததை ரசித்துச் சொன்ன கதைகள் இவை. இத்தொகுப்பில் வரும் ஆத்மானந்தாவையோ, கமலா டீச்சரையோ,குமாரசாமியையோ,மூர்த்தியையோ,சுமதியையோ நீங்கள் உங்கள் வாழ்வில் எங்கேனும் சந்தித்து இருக்கக்கூடும். உங்கள் பக்கத்து வீட்டிலேயோ, எதிர்வீட்டிலேயோ, உங்கள் வகுப்பறையிலேயோ சந்தித்து இருக்க முடியும். ஏன், அது நீங்களாககூட இருக்க முடியும்.

நூறு நூறு சிறுகதைகள் எல்லாம் 1970ல் தொடங்கி 2017 வரை பிரபஞ்சன் எழுதியவை பெரும்பாலும் புதுச்சேரி மண்ணைச் சுற்றி சுழலுபவை. இறந்துபோன தன் கணவனின் இரண்டாவது மனைவி எங்கு இருக்கிறாள் என்று தேடிக்கண்டுபிடித்து அவளிடம், 'உனக்கு எதாவது உதவி வேண்டுமா?' என்று கேட்கின்ற யாசுமின் அக்காவை உங்களுக்குத் தெரியுமா?.. 'யாசுமின் அக்கா' கதையை படிக்கும்போது உங்கள் மனம் துள்ளும். பர்தா போட்டுச் செல்லும் பெண்கள் உங்களை கடக்கும்போது யாசுமின் அக்கா நெஞ்சங்களில் நிழலாடுவார்.

சமூகத்திற்காக சேவை செய்த தன்னை கொலை செய்ய வந்தவனையே மன்னித்து நலம் விசாரித்து உபசரிக்கும் அண்ணாச்சியின் மானுட பேருள்ளத்தை பிரபஞ் சனின் கதைமூலம் தரிசனம் செய்தபோது, நம் இதயத்தை சம்மணமிட்டு உட்காருவதை நீங்கள் இந்த 'அண்ணாச்சி' கதையை வாசிக்கும்போது உணர்வீர்கள்.

முருங்கையை கற்பகத்தருவாக நீங்கள் நினைப்பீர்கள், 'பிரும்மம்' கதையை படித்து முடிக்கும்போது!.

பிரபஞ்சனின் கதைமொழி என்பது யார் வாசிக்கிறார்களோ அவர்களுக்கான மொழி என்றாகிவிடும். அப்படிப்பட்ட அதிசயமான கதைமொழி பிரபஞ்சனுடையது. அவருடைய வரலாற்றுக் கதைகளை வாசிக்கும்போது, பிரெஞ்சு குவர்னர்மார்கள் உங்கள் முன் தோற்றம் அளிப்பார்கள். 'ஓடாத பிள்ளையாரும், ஓடிய காவேரியும்' கதையை வாசிக்கும்போது, ஆட்டோ செல்வ விநாயகரும், ஆட்டோ சிங்கார விநாயகரும் நர்த்தனம் புரிவார்கள். வாய்விட்டு சிரிப்பீர்கள். பிரபஞ்சன் உங்கள் முன்தோன்றி இந்த கதைகளை சொல்லி சிரித்துப் போவார்.

பிரபஞ்சனின் கதைத் தொகுப்புகளை மூன்று பாகங்களாக டிஸ்கவரி புக் பேலஸ் வெளியிட்டது. அதிலிருந்து

தேர்ந்தெடுக்கப்பட்ட சில கதைகளை வெளியிட்டால் வாசகர்களுக்கு பயனுள்ளதாக இருக்கும் என்று நண்பர், டிஸ்கவரி புக் பேலஸ் வெளியீட்டாளர் வேடியப்பன் கூறியதால் இந்த 'பிரபஞ்சன் தேர்ந்தெடுத்தச் சிறுகதைகள்' தொகுப்பு உருவாகியது.

பிரபஞ்சனின் எல்லாக் கதைகளும் மானுடம் பேசுபவைதான். அதில் குறிப்பிட்ட சில கதைகளை இதில் தொகுத்துள்ளேன். பிரும்மம், பாதுகை போன்ற பிரபஞ்சனின் கதைகள் பல்வேறு கல்லூரிகளிலும், பல்கலைக்கழகங்களிலும் பாடமாக வைக்கப்பட்டுள்ளன. இளைய தலைமுறையை நோக்கி வாசிப்பு விரிவடைய வேண்டும் என்பதற்காகவும் இந்த தொகுப்பு வெளியாகிறது என்பதில் பேருவுவகைக் கொள்கிறேன்.

வாருங்கள்... பிரபஞ்சன் படைத்த மானுடம் பேசும் கதைகளை சுவாசிக்கலாம்!.

பி.என்.எஸ்.பாண்டியன்

புதுச்சேரி

தொகுப்பாசியர் குறிப்பு

'பிரபஞ்சன்— மானுடம் பேசும் கதைகள்' என்ற இந்நூலின் தொகுப்பாசிரியர் பி.என். எஸ்.பாண்டியன். புதுச்சேரியைச் சேர்ந்த ஊடகவியலாளர். தற்போது சென்னையில், கலைஞர் செய்திகள் தொலைக்காட்சியில் பணியாற்றி வருகிறார். 'ஊரடங்கு உத்தரவு' என்னும் புதுச்சேரி அரசியல் வரலாற்றை பேசும் நூலின் ஆசிரியரான இவர், அகவிழி எனும் ஆவணப்படத்தையும், தமிழறிஞர் ம.இலெதங்கப்பா வாழ்வியல் ஆவணப்படத்தையும் இயக்கியவர். பிரபஞ்சன் குறித்த ஆவணப்படத்தையும் இயக்கி வருகிறார்.

மேலும், 'காலத்தின் விளக்கு' என்ற பெயரில் புதுச்சேரி வரலாற்று நாவல் ஒன்றினை எழுதிவரும் இவரது சிறுகதைகள், கட்டுரைகள் பல்வேறு இதழ்களில் வெளியாகி இருக்கின்றன. ஆதன் கீட்ஸ் எனும் புனைப்பெயரில் கவிதைகள் எழுதி வருகிறார்.

தனக்கு ஆதர்சமான எழுத்தாளராக பிரபஞ்சனை போற்றும் இவர், பிரபஞ்சனின் இறுதிகாலத்தில் அவருக்கு உற்றதுணையாக விளங்கி பேணிகாத்தவர். பிரபஞ்சனின் எழுத்துக்கள் காலத்தை கடந்து நிற்கவேண்டும் என்ற எண்ணத்திலும், பிரபஞ்சனின் நோக்கமான எழுத்தாளர்கள் கொண்டாடப்பட வேண்டும் என்பதற்காகவும் பிரபஞ்சனின் மகன்கள் மற்றும் அவரது நண்பர்களை உறுப்பினர்களாகக் கொண்ட 'பிரபஞ்சன் அறக்கட்டளை'யை தொடங்கி அதன் தலைவராகவும் செயலாற்றி வருகிறார் பி.என். எஸ்.பாண்டியன்.

பொருளடக்கம்...

1. பிரும்மம் — 9
2. மனுஷி — 19
3. அப்பாவின் வேஷ்டி — 27
4. பாதுகை — 35
5. மரி என்கிற ஆட்டுக்குட்டி — 43
6. ஒரு நெகடிவ் அப்ரோச் — 52
7. குமாரசாமியின் பகல் பொழுது — 58
8. வெளியேற்றம் — 82
9. கமலா டீச்சர் — 98
10. யாசுமின் அக்கா — 108
11. அண்ணாச்சி — 117
12. ஒரு மதியப் பொழுதில் — 128
13. ஓடாத பிள்ளையாரும் ஓடிய காவேரியும் — 137
14. குழந்தை அழுதுக்கொண்டே இருக்கிறது — 149

பிரும்மம்

நாங்கள் புது வீட்டுக்குக் குடிபோனோம். ஆச்சரியமாக வீட்டுக்கு முன்னால் கொஞ்சம் நிலம் வெறுமே கிடந்தது. ஒரு நாலு முழ வேட்டியை விரித்தது போன்று கிடந்தது அது. அதை என்ன பண்ணலாம் என்று நாங்கள் யோசித்தோம். வீட்டுப் பெரியவர்களுக்குச் சலுகை கொடுப்பது மாதிரி, மரியாதைக் கொடுக்கிற பழக்கத்தை உத்தேசித்து பாட்டியைக் கேட்டோம்.

அவள் ஆகி வந்த பழக்கங்களுக்கேற்ப, ஒரு பசு வாங்கிக் கட்டி வளர்க்கலாம் என்றாள். பசு வீட்டுக்கு லட்சணம், பசு வந்தாலே வீட்டுக்கு லட்சுமி வந்ததுபோல. பசு பால் கொடுக்கும். பாலில் இருந்து மோர், தயிர், வெண்ணெய், நெய் முதலானாவை கிடைக்கும். பசு பெய்வதை மூத்திரம் என்று சொல்லக்கூடாது. அதைக் கோமியம் என்று கூற வேண்டும். அந்தக் காலத்தில் மனுஷர்கள் வீட்டுக்கு ஒரு பசு வளர்ப்பார்கள். இப்போதெல்லாம் மனுஷர்கள் ரொம்ப மாறிப் போய் விட்டார்கள்.

பாட்டியின் கருத்தை அம்மா ஒரே அடியில் அடித்து வீழ்த்தினாள். "காலம் பூராவும் இந்தக் குடும்பத்துக்கு உழைத்து உழைத்து உருக்குலைந்து ஓடாகத் தேயந்து போனது போதாதென்று இப்போ மாட்டுச் சாணி வேற வார வேண்டுமா?" என்று கேட்டாள்.

அவள் கட்டிக்கொண்டு வந்ததில் இருந்து அவளும் பார்த்துக்கொண்டுதான் இருக்கிறாள்.

அவள் நாத்திமார்கள் அவளைச் சந்திரமதியாகப் படுத்தி வைத்தார்கள். காலை நாலு மணிக்கு எழுந்திருக்கும் அவளை, ராத்திரி சாமம் ரெண்டு மணிக்கே படுக்கவிட்டார்கள். ஊர் உலகத்தில் உள்ளது மாதிரி அவளுக்குப் புருஷன் வாய்க்கவில்லை. நாள் கிழமைகளில் அவளுக்குப் பட்டுப் புடவை இல்லை. கண்ட கழிசடைகள் எல்லாம் வைரமாகப் போட்டுக்கொண்டு ஜொலிக்க, சாதாப் பவுனுக்கே இவள் அல்லாடுகிறாள். கல்யாணம் காட்சிகளில் அவள்தான் எவ்வளவு அவமானப்படுகிறாள். கடைசியாக அம்மா, வாய் வலி காரணமாக நிகழ் உலகத்துக்குத் திரும்பி, "ஒரு வெண்டை, ஒரு கத்தரி, ஒரு தக்காளிச் செடி போடலாம். கறிக்கு ஆகும். கொத்தமல்லிக்கூடப் போடலாம்தான்" என்றாள்.

சௌந்தரா, என் தங்கையின் பெயர். இதைக் கடுமையாக ஆட்சேபித்தாள். 'ஹோம் சயின்ஸ்' என்கிற அபூர்வமான கல்வியைக் கற்பவள் அவள். தோழி வீட்டில் மல்லிகை, கனகாம்பரம், ரோஜாச் செடிகள் போட்டிருக்கிறது. மல்லிகை, ரோஜா, கனகாம்பரம் பறித்துக் கட்டி, தலையில் வைத்துக்கொண்டு காலேஜ் போகலாம். ரம்மியமாக இருக்கும். பூக்கள் அற்புதமானவை. அழகை ரசிக்கத் தெரிய வேண்டும். கத்திரி, வெண்டை, எல்லாம் வெறும் சோற்றுக்கே ஆகும். மனிதன் சோற்றால் மட்டும் ஜீவித்திருக்க மாட்டான். சௌந்தரா கனவுகளைத் தின்று வாழ்பவள்.

எந்த முடிவுக்கும் வராமலேயே சபை கலைந்தது. எங்கள் அனைவருக்கும் சிந்திக்கவும், செய்யவும் அனேக காரியங்கள் ஏறிட்டுப் போயின.

ரெண்டு நாள் கழிந்து, அப்பா, சாயங்காலப் பொழுதில் எங்களை அழைத்து. காலியாகக் கிடக்கும் நிலத்தில் முருங்கை நடலாம் என்றார். முருங்கை மரம் இருக்கும் மரங்களிலேயே சிறந்தது. வேர் வீட்டு மதிலையோ, வீட்டு அஸ்திவாரத்தையோ தகர்க்காது. இடத்தை அடைக்காது. முருங்கைக்கீரை கீரைகளிலேயே ரொம்ப விசேஷமானது. கபத்தைக் கரைக்கும் கால்சியம் சத்து உள்ளது. கந்தசாமி முதலியார்கூட எழுதியிருக்கிறார். காயைப் பற்றிச் சொல்ல வேண்டியதே இல்லை. சாம்பார் வைக்கலாம். வாசனை ஊரைக் கூட்டும் காரக் குழம்பு வைக்கலாம்தான். தேங்காய்த் துருவல் போட்டுக் கறி பண்ணலாம். வீட்டு முகப்பில் மரம் ஓர் அழகைத் தரும்.

10 ⊙ பிரபஞ்சன் தேர்ந்தெடுத்த சிறுகதைகள்

நிழலும் தரும். வீதியை ஒட்டிய அறைக்கு எப்பவும் வெயில் வராது. குளிர்ச்சியாய் இருக்கும். அப்பாவுக்கு முருங்கை பிடிக்கும். எனக்கும் பிடிக்கும். அம்மாவுக்குப் பிடிக்கும். பிடிக்காது என்பதில்லை.

அடுத்த நாள் காலை அப்பாவின் சினேகிதர் வீட்டில் இருந்து அவர் பையன் ஒரு முருங்கைக் கிளையைக்கொண்டு வந்தான். அப்பாவை எழுப்பிக் கொடுத்தான். அப்போது நாங்கள் தூங்கி எழுந்து காப்பி சாப்பிட்டுக்கொண்டிருந்தோம். அன்று வெள்ளிக்கிழமையாய் வேறு அமைந்திருந்தது.

அம்மா ஸ்நானம் பண்ணி, கூந்தல் முனையில் ஈரம் போக துணி சுருட்டிக் கட்டியிருந்தாள். மஞ்சள் மினுக்கிய அவள் வழக்கத்துக்கு விரோதமாகச் சிரித்துக்கொண்டிருந்தாள். அதன் காரணமாக அவள் அழகாக விளங்கினாள்.

முருங்கைக்கிளை கொண்டு வந்த பையனுக்குக் காப்பி உபசாரம் எல்லாம் நடந்தது. அப்பா குளிக்கப் போனார். சாதாரணமாக அவர் அரை மணி முக்கால் மணி நேரம் குளிப்பார். அன்று அதிசீக்கிரமாகக் குளித்து விட்டு சொட்டச் சொட்டத் துண்டை இடுப்பில் சுற்றிக்கொண்டு வந்தார்.

அப்பாவிடம் ஒரு பட்டு வேஷ்டியும் பட்டுத் துண்டும் இருந்தது. தாத்தாவின் திவச நாளிலும் பண்டிகை, விசேஷ காலங்களிலும் அவர் அதைத்தான் அணிவார். மஞ்சளும் இல்லாமல் பழுப்பும் இல்லாமல் இரண்டுக்கும் இடைப்பட்டு இருந்தது அது. வெயில் பட்டால் எரிவது போல் மினுங்கும். வருஷத்தில் பத்துப் பனிரெண்டு நாட்களுக்கே அது பயன்பட்டு வாழ்ந்தது. மற்ற நாட்களில் அலமாரியிலேயே அது மடித்து வைக்கப்பட்டிருந்ததால் அதற்கென்று தனி மணமும் குணமும் ஏற்பட்டிருந்தது. அதை அலமாரியை விட்டு எடுக்கும் போதெல்லாம் கற்பூர வாசனை பரவும். அப்பா அந்த வாசனையோடு இருக்கும்போது அவரை எனக்குப் பிடிக்கும். அன்றும் ஏதோ விசேஷ தினம்போல அப்பா அந்த வேஷ்டியைக் கட்டிக்கொண்டு மேலே போர்த்திக்கொண்டார்.

முருங்கைக் கொம்பு கொஞ்ச நாழிகை முன்புதான் ஒடிக்கப்பட்டிருந்தது. அதனின்று நீர் சுரந்தது. பசிய மர வாசனை அதனின்று வந்தது. மெல்லிய மேல் தோல் சிதைந்து உள்ளே பச்சைக் காண இருந்தது. அந்தச் சதுர நிலத்தில் நடுப்பாங்காக அந்தக் கொம்பை அப்பா நட்டார். அம்மா அவருக்குத் துணை செய்தாள். அம்மா குனிந்து அந்த

முருங்கைக் கொம்பைப் பிடித்துக்கொண்டிருந்தபோது அவள் முதுகுப் பக்கம் தலையில் முடிந்திருந்த துண்டின் ஈரம் பட்டு நனைந்திருந்தது. அப்பா பள்ளம் தோண்டி கம்பை நட்டார். நான் வேடிக்கை பார்த்துக்கொண்டு நின்றிருந்தேன். செளந்தரா ஓடிப் போய் வாளியில் நீர் கொண்டுவந்து கொம்பைச் சுற்றி மண்ணில் வார்த்தாள். அம்மா மூன்றாவது வீட்டுக்கு ஓடிப் போய் மாட்டுச் சாணம்கொண்டு வந்து கொம்பின் முனையில் அப்பி வைத்தாள். அன்று காலை நேரம் பூராவும் எங்களுக்கு முருங்கையே விஷயமாக இருந்தது. நானும் அப்பாவும் எங்கள் ஆபீஸ்களுக்கும் செளந்தரா காலேஜுக்கும் அன்று லேட்டாகவே போனோம்.

அடுத்த சில நாட்களுக்கு நாங்கள் முருங்கையைப் பற்றி சுத்தமாய் மறந்து போனோம். முருங்கை என்கிற விஷயம் எங்கள் வாழ்வில் இடம் பெற்றதாகவே எங்கள் யாரின் உணர்விலும் இல்லை.

ஒருநாள் காலை என்னை என் படுக்கையில் வந்து எழுப்பினாள் செளந்திரா. அவள் குரலிலும் அசைவிலும் அவசரம் தெரிந்தது. என்னைப் பிடித்துக் குலுக்கினாள்.

“சனியனே! காலைல வந்து என் உயிரை ஏன் எடுக்கிற...”

“அண்ணா, வந்து பாரேன், முருங்கை மரம் முளைச்சிடுச்சி!”

சுருக்கென நான் எழுந்து உட்கார்ந்தேன். இருவரும் கீழே வந்தோம். முருங்கையைச் சுற்றி வீட்டார் அனைவரும் நின்றிருந்தார்கள்.

பட்ட மரம்போலும் குச்சிபோலும் தோற்றம்கொண்டிருந்தது முருங்கை. அதன் பட்டையின் பல்வேறு இடங்களில் பச்சைப் புள்ளியாகத் தளிர் விட்டிருந்தது. ஒட்ட வைக்கப்பட்ட பச்சைப் பயிறு. கிளர்த்திக்கொண்டு வெளியேறத் துடிக்கும் உயிரின் உருவம், பார்க்கப் பரவசம் தந்தது. என் விரல் என்னை அறியாமல் நீண்டது.

“உஸ், அதைத் தொடக்கூடாது! என்றாள் பாட்டி. பச்சைக் குழந்தைகளையும் பூக்களையும் தளிர்களையும் விரல் நீட்டிச் சுட்டக்கூடாது, தொடவும்கூடாது. தொட்டால் அதுகளுக்கு ஊறு.

அன்று முதல் விடிந்ததும் எங்களின் முதல் வேலை முருங்கையை பார்ப்பதுதான். அதன் வளர்ச்சியின் ஒவ்வொரு கணுவும் எங்களுக்குத் தெரிந்தே நிகழ்ந்தது. உளுத்தம் பொட்டின்

அளவான தளிர், மெல்லிய நரம்புபோல அதுவிடும் கிளை, பச்சைப் பட்டாணியைப்போல அதன் இலை, ஊடே ஊடே தோன்றும் அதன் புதிய புதிய தளிர்கள் எல்லாம் எங்கள் கண் முன்பாகவே நிகழ்ந்தன. இதற்கிடையே நான், ரெண்டு சட்டைகள் புதிதாகத் தைத்துக்கொண்டேன். என் முழங்கால் பேன்ட் சற்று இறுக்கமாகி விடவே அதைப் பிரித்து விட வேண்டியிருந்தது. ஒரு நாள் ரகசியமாக அதன் ஒரு — ஒரே ஓர்— இலையைப் பறித்து வாயில் போட்டுச் சுவைத்தேன். வித்தியாசமாக ஒன்றும் இல்லை. எனக்கு அது சுவாரஸ்யமாக இருந்தது.

முருங்கையப் பயன் கொண்ட அந்த முதல் நாள் இப்போதும் என் கண் முன் நிற்கிறது — நெஞ்சில் நிற்பது போல அம்மாவுக்கு நெய் உருக்க வேண்டி இருந்தது. முருங்கைக்கீரைப் போட்டு உருக்கினால் நெய் ரொம்ப வாசனையாக இருக்கும் என்றாள் பாட்டி. அம்மா அப்படியே செய்தாள். மத்தியான சாப்பாட்டுக்கு அந்த நெய்யையே நாங்கள் விட்டுக்கொண்டு சாப்பிட்டோம். முருங்கையின் விசேஷமோ அன்றி மனதின் விசேஷமோ நெய் என்றைக்குங் காட்டிலும் அன்று ரொம்ப சுவையாய் இருந்தது. நெய்யில் விழுந்திருந்த கீரையுங்கூட தின்ன ஒரு மாதிரியாய் நன்றாகவே இருந்தது. அதுகாகத் துளிர்விட்ட அதைப் பறித்து அம்மா இம்சித்து விட்டாளே என்கிற துக்கம் என் மனசுக்குள் இருக்கத்தான் செய்தது.

அது நாளுக்கு நாள் தான் பெருக்கிக்கொண்டே ஆகிருதியினால் செளந்தராவையே நேரங்களில் எனக்கு நினைவூட்டியது. அம்மா, செளந்தராவை தன் யெளவனத்தின் கடைசிக் காலத்தில்தான் வாங்கிக்கொண்டாள். எனக்கும் அவளுக்கும் பதினைந்து வருஷ பிராய வித்தியாசம் ஏற்பட்டு விட்டது.

செளந்தராவை அவள் குழவிப் பருவம் தொட்டே அருகிருந்து கண்டு வருகிறேன். அதையும் அது முளை விட்ட பருவம் தொட்டே தரிசித்து வருகிறேன். அவள் பாயில் புரண்டு, தன் பார்வையில் என் முழங்கால் மட்டும் விழ, அந்த அடையாளத்தை மட்டும் கண்டு, தன்னைத் தூக்கச் சொல்லி அழுதது; அது தன் குறுந்தளிர்க் கைகளைக் காற்றில் வீசி என்னை நேயம் கொண்டாடியது; அவள் முதல் நாள் பள்ளிக்கூடம் போகும் விசேஷத்தைக் கொண்டாடவென்று அதற்காகவே தைத்த சட்டை பாவாடை புரளப் புரளப் போட்டுக்கொண்டு நின்றது. வறண்டு மரத்துக் காய்த்து நின்ற கொம்பில்,

பச்சை பச்சையாய்க் கொத்துக் கொத்தாய் நாலு பக்கமும் சிலிர்த்துக்கொண்டு நின்றது; அவள் மலர்ந்தபோது நடுவீட்டில் ஜமக்காளம் போர்த்தின நாற்காலியில் மாலை அணிந்த கழுத்தோடு உட்கார்ந்துகொண்டு வெட்கத்தில் சிரித்தது; புட்டு சுற்றி உளுந்துக் களி தின்று சடங்கு கொண்டாடியது. எல்லாம் என் நினைவுகளில் பக்கம் பக்கமாய் நின்றது.

நான் சைக்கிளை எடுத்துக்கொண்டு வேலைக்குப் புறப்படுகையில் அது கையை அசைக்கும். பேசுவதாய் இருக்கும். எங்கள் சம்பாஷணைக்கு வார்த்தை அவசியப்படவில்லை. ஒலி இன்றியமையாமை இல்லை. உணர்வுகள் போதுமானவையாய் இருந்தன. இமைகள் உதடுகளாகிப் போயின.

சௌந்தரா கூடத்து ஜமக்காள நாற்காலியில் உட்கார்ந்தது போல் அதுவும் நின்றது. அதன் கால்களுக்கிடையில் நிழல் திரண்டது. நானும் அப்பாவும் அதன் கால்களுக்கிடையில் சைக்கிளை நிறுத்துவதாகச் செய்தோம். மத்தியான காலங்களில் நான் அதன் கால்களுக்குப் பக்கத்தில் ஈசிசேரைப் போட்டுக்கொண்டு உட்காருவேன். காற்று சுகத்திலும் நிழல் அருமையிலும் என்னைப் பொறுத்த வரை வெயில் அஸ்தமித்து விடும். புஸ்தகங்கள் படிப்பதும் எழுதுவதும் அதன் அடியில் என்றாகி விட்டது. எழுந்து கண்ணுக்கு மறையும் வரை என் வாசிப்பும், சிருஷ்டியும் அதன் அடியில், அதன் ஆதரவில் என்றாகி விட்டது.

காவிரி ஆற்றங்கரையில் நான் கல்லூரி வாசம் செய்திருக்கிறேன். சமஸ்கிருதம் கற்றது ஆற்றங்கரை அருகிருந்த ஒரு பழைய ஓட்டு வீட்டில். அந்தக் காலத்து மனுஷர்களைப்போலவே அந்தக் காலத்து வீடுகளும் பெரிசாய் இருக்கும். நாலுகைத் தாழ்வாரம் நடுவில் பெரிய முற்றம் வீட்டுக்குள்ளேயே எங்கள் வாத்தியார் மரம் வைத்திருந்தார். அது முருங்கையாக வாய்த்திருந்தது. அதன் கீழ்தான் என் பாடம் நடந்தது. அதற்கு மட்டும் வாய் இருந்தால் ராம ஸப்தத்தையும், கோதா ஸ்துதியையும் என்னைக் காட்டிலும் இனிமையாகவும் ஆத்மபூர்வமாகவும் சொல்லியிருக்கும். அதன் கீழ் எண்ணற்ற மாணவர்கள் அமர்ந்து பாஷை படித்திருப்பார்கள்.

வாத்தியார் ஒரு நாள் முருங்கையை பிரும்ம விருட்சம் என்றார். முருங்கையின் மேல் தோல், காய், கீரை முதலானவை மனுஷ இன விருத்திக்குக் காரணமாகி, புணர்ச்சிக்குத் தீவிர உந்துதலும் உரமும் தருவதால் அது சிருஷ்டிக்கு உதவுவதாகிறது.

பிரம்மனும் சிருஷ்டி பரமான காரியங்களிலேயே இருப்பதால் அது பிரம்ம விருட்சம் என்றாகிறது என்றார். அந்த நாள் முதற்கொண்டு நான் அதை நோக்கும் போதெல்லாம் நாலு திசைகளிலும் சிரம்கொண்ட பிரம்மமே என் கண்களுக்குப் புலப்படுவதாயிற்று. வாத்தியார், குழந்தைகள், நாங்கள் அனைவரும் பிரம்ம விருட்ச நிழலில் வளர்ந்தவர்கள்.

சௌந்தராவுக்கு வரன் நிச்சயமாயிற்று. அவளுக்கு அவரும் பிடித்திருக்கவே கல்யாணம் சட்டென்று கூடி முடிந்தும் போயிற்று. அவள் புருஷனோடு புறப்படுகையில் அப்பா, அம்மா, நான், பாட்டி என எல்லோரிடதும் முண்டு முண்டாக நின்று அழுதாள். உறவுகளைப் பிரிவது என்பது எல்லோருக்கும் துன்பமான அனுபவமாகத்தான் இருக்கும். அவள் நேசித்தவற்றுள் முருங்கையும் கட்டாயம் இருக்கும்.

இப்போதெல்லாம் எங்கள் வீட்டில் பெண்டுகளின் வரத்து அதிகமாக இருந்தது. அம்மாவை ஒத்த பெண்டுகள், எதிர் வீட்டு, பக்கத்து வீட்டு, மூன்றாவது நாலாவது வீட்டுப் பெண்கள் வயது காரணமாக இவர்கள் பெரும்பாலும் குண்டாகவும், அல்லது அதிக ஒல்லியாகவும் இருப்பார்கள். நான் வீட்டுக்குள் நுழைகையில் சரேலென்று என்னைக் கடந்து இவர்கள் போவார்கள். இவர்கள் மீதிருந்து ஏதேனும் ஒருவகை வாசம் வீசும். மிளகாய் நெடி, கொத்துமல்லி வாசனை, அழுக்கின் கார நெடி, கழுவாத உடம்பின் கவிச்சை எல்லாம் தவறாமல் இவர்கள் கைகளில் ஒரு கொத்து முருங்கைக்கீரையும் அல்லது ரெண்டு மூன்று காயும் இருக்கும். இதற்காகவென்று வருபவர்கள் வேறு எதற்காகவோ வருபவர்களாக அபிநயித்து, கடைசியில் அம்மாவே கீரை பறித்துக் கொடுக்கும்போது புளகித்து சிரித்துப் பேசிவிட்டுச் செல்வார்கள். அம்மா பொதுவாக அண்டை வீடுகளுக்கு வம்பு சமாச்சாரங்களுக்காக போகிறவள் அல்லள். அதில் அவளுக்கு நாட்டம் இல்லை. எனவே பெண்டுகள் அவளைப் புறக்கணித்தே இருந்தார்கள். முருங்கை வந்தபின் அவளுக்கு உறவுகள் தேடி முளைத்தன.

எங்கள் வீட்டுக் கீரை தேன் என்று பயன்கொண்டவர்கள் சொன்னார்கள். காய் மதுரம் என்றார்கள். அது தன்னைக் குறித்த பாராட்டெனவே ஆனந்தம் மிளிரும் அம்மாவுக்கு.

அது அடர்த்தி இன்றி மற்றவைபோல மிருக பலம் இன்றி வானத்தை நோக்கியே வளர்ந்தது. வானமே தன் இலட்சியம் என்பதுபோல அது வளர்ந்தது. அதன் உச்சி வானக் கூரையைத் தொட்டாலும், என் மனசுக்குள் அது தவழும் குழந்தை.

மனிதர்கள் ஒரு நாள் தங்கள் கோரைப் பற்கள் நீள மரங்களையெல்லாம் வெட்டிப் போட்டார்கள். கற்களை வைத்து சுவரெழுப்பித் தங்கள் வாழ்விடங்களையும் சாவிடங்களையும் அமைத்துக்கொண்டார்கள். ஆதலினால் பட்சி ஜாதிகள் கூடுகளை இழந்து வானத்தில் திரிந்தன. முருங்கை காக்கை குருவிகளுக்கு இல்லம் ஆயிற்று.

எங்கள் காதுகளுக்கு மனித இரைச்சலும் இயந்திரக் கூச்சலும் ஓசையாய் இருந்த நிலை போய் பறவையின் நாதம் இசை ஆயிற்று. மாடியில் என் அறையின் ஜன்னல் வழி பார்த்தால் முருங்கையின் தலைப்பகுதி தெரியும். என் படுக்கையின் மேல் படுத்திருந்துகூட அதனைப் பார்க்க முடியும். காலையில் ஏதேனும் ஒரு பறவையின் பேச்சு கேட்டுத்தான் நான் கண்களைப் பிட்டுக் கொள்ளும் வழக்கம் அமைவதாயிற்று.

சூரிய கிரணங்கள் மண்ணில் பாயாத அந்த வைகறைப் போதின் வெண்மையான சூழலில், ஒரு சிட்டுவோ, ஒரு காகமோ, அபூர்வமாக எப்போதாவது வரும். மைனாவோ, கருவாட்டு வாலியோ பேசக் கேட்டுக்கொண்டே, உலகத்தின் ஒரு பொழுதை எதிர்கொள்வது மிக இனிய அனுபவமாக இருக்கும். மனிதர்கள், தங்கள் வீடுகளில் தாங்கள் மட்டுமே தனித்து எவ்வாறு வாழ்கிறார்கள் என்று எங்களுக்குத் தோன்றும். விடியல் பொழுதை மனிதர்களைக் காட்டிலும் பறவைச் சாதியே ஆர்வத்தோடும் சந்தோஷத்தோடும் வரவேற்கின்றன. அவற்றின் உற்சாகம், விளையாட்டு `மைதானத்தில் இருக்கும் குழந்தைகளின் கும்மாளத்தை ஒக்கும்; ஒரு கிளையில் இருந்து மறு கிளைக்குச் சிறகுகளைச் சிலிர்த்துக்கொண்டுத் தாவும். அலகால் நெஞ்சை நீவி விட்டுக்கொள்ளும் சாயுங்காலங்களில் அவை வேறு மாதிரி கூவும். ஒரு நாள் வாழ்க்கையை முடித்துவிட்ட திருப்தியும் சாந்தமும், பொழுது முடிந்து விட்டதே என்கிற ஆதங்கமும் அந்தக் குரல்களில் இருக்கும்.

முருங்கையைப் பறவைகளோடும், தொங்கும் காய்களோடும் பார்த்தால், அசப்பில் தன் தோள்மீது குழந்தைக்களைத் தூக்கி வைத்துக்கொண்டு குதிபோடும் தாத்தாவைப்போலத் தோணும். திடீரென்று ஆயிரம் வருஷத்திய முதுமையில் மூச்சுவிடும். பாவமாய் இருக்கும். திடீரென்று விடலைப் பையனின் குஷியில் குதிபோடும்.

எங்கள் வீட்டில் முருங்கை சம்பந்தப்படாத சமையல் இப்போதெல்லாம் இல்லை. முருங்கைக்கீரை பிரட்டல்

அல்லது கூட்டு. காய், சாம்பார். முருங்கைக்காய் சாம்பாருக்கு மற்றதுக்கில்லாத விசேஷமான மணமும் சுவையும் உண்டு. எனக்கு அது ரொம்பப் பிடிக்கும்; காய்க் காரக்குழம்பு, காய்ப் பொரியல்; இவ்வாறு ஏதேனும் இருக்கும். எங்கள் மரத்துப் பொருள்கள் எல்லாமே எங்களுக்குப் பிடிக்கும்.

எங்கள் வீட்டுக்கு மூணாவது வீட்டில் ஹெட்மாஸ்டர் ஒருத்தர் குடி வந்தார். மிகப் பெரிய பள்ளிக்கூடத்தில் மிகப் பெரிய வாத்தியார் அவர். அவர் எங்கள் தெருவுக்குக் குடி வந்த பிறகும் நாங்கள் காரியாதிகளைக் கவனித்துக்கொண்டிருந்தோம். நாங்கள் அவருக்குப் புல்லாகத் தெரிந்தோம். தெருவில் போகும்போதும் வரும் போதும், அவர் வானத்தைப் பார்த்தவாறே நடந்தார். எதிர் வீட்டுக் கோனார், வாத்தியார் வீட்டுத் திண்ணையில் மாட்டைக் கட்டி பால் கறந்தார். வாத்தியார் வந்து தலைமயிர், துண்டு, வேஷ்டி பறக்க ஓர் ஆட்டம் ஆடினார். தெருவோர் அவர் தொண்டையின் முழு ஆகிருதியையும் அன்றே கண்டனர். ஒரு நாள் அவர் என்னைக் காண வந்தார். உத்தியோக உடையிலேயே இருந்தார். எலிஸபெத் காலத்து ஆங்கிலத்தில் தற்காலக் கல்வித்துறையின் சீர்கேடு, சினிமா, மாவு மிஷின் குடும்பக் கட்டுப்பாடு எல்லவாற்றையும் பற்றி சம்பாஷித்தார். தவறுதான். அவரேதான் பேசினார். கடைசியாக “அடேடே... முருங்கை மரம்...” என்றார். நான் ஆமோதிக்க அவசியம் இருக்கவில்லை. அது முருங்கை கொஞ்சம் காயும் கீரையும் பறித்துக் கொடுத்தேன். அவருக்கு மேலும் கீழும் அழகான பல்வரிசை.

இப்போதெல்லாம் மாலைகளில் முருங்கையின் கீழ் இருப்பது இயலாததாயிற்று. திடீரென்று வானம் நினைத்துக்கொண்டு மழையைப் பொழிந்தது. காலம் அதன் கிரியைகளை மிக ஒழுங்காகவே செய்தது. காற்றில் ஈரம் கோத்து, அறைக்குள் இருப்பது சுகமாக இருந்தது. மண் குழைந்தும் ஈரம் செறிந்தும் போகவே, நடப்பது நிதானம் தேவைப்படும் தொழிலாயிற்று. அடிக்கடி காற்று பலத்து வீசி நித்திய வாழ்க்கைக்கு இடையூறு ஆயிற்று. பலத்தக் காற்று அடிக்கடி ஊரைக் கடப்பதாயிற்று.

ஒருநாள் மழையில் அலுவலகம் சென்றேன். உள்ளிருக்கையிலேயே பலத்த காற்று வீசியது. ஜன்னல் கதவுகள் கட்டுப்படுத்த முடியாத படிக்கு அடித்து பயம் எழுப்பின. எல்லாம் முடிந்து அமைதி நிலவியது. மதிய உணவுக்கு நான் வீடு திரும்பினேன்.

எங்கள் வீட்டுக்கு முன்னால் சிறுவர்களும் பெரியவர்களுமாக ஒரு பெருங்கூட்டம் நின்றிருந்தது. தெருவை அடைத்துக்கொண்டு வீழ்ந்து கிடந்தது முருங்கை. மெலிய விரல்களாகக் கிளைகள். பொட்டு பொட்டுயாய் இலைகள் ஊடே, தங்கப் பொட்டாய் மஞ்சளாகிப் பழுத்துப் போன இலைகள்.

கீரைகளாகவும், காய்களாகவும் விறகாகவும் அவரவர் தங்கள் சக்திகளுக்கு ஏற்ப திரட்டிக்கொண்டு சென்றார்கள். பார்த்துக்கொண்டே இருக்கும் போதே மரம் இருந்த இடம் சூன்யமாயிற்று.

அம்மாவும் அப்பாவும் பாட்டியும் தள்ளி நின்றுகொண்டிருந்தார்கள். நான் வழக்கமாக சைக்கிளை நிறுத்தும் இடத்தில்கொண்டு நிறுத்தினேன். முருங்கையின் நிழலில்தான் நான் சைக்கிளை நிறுத்தும் வழக்கம். முருங்கை இடுப்பொடிந்து நிற்பது போல் இருந்தது. பாதி மண்ணில் புதைந்தும் பாதி புழுதியும் அது ஆகி இருந்தது.

மறுநாள் காலையில்தான் அது இல்லாமையின் தாக்கம் எனக்குப் புலப்பட்டது. நேற்று இருந்தது இன்று காலை, மொட்டையாக அடித்தண்டு மட்டும் நின்றது.

கொஞ்சள் நாள் போயிருக்கும்.

ஒரு நாள் காலை காப்பிக்கு மாடியை விட்டுக் கீழிறங்கி வழக்கப்படி டம்ளரோடு முருங்கையின் அருகில் போய் நின்றேன். எனக்கு அங்கு ஆச்சரியம் காதிருந்தது.

துண்டாகி நின்றிருந்த மரத்திலிருந்து ஓர் இடத்தில் சின்னதாய்க் கிளைத்திருந்தது...

உயிர்தான்.

1972

❖

மனுஷி

மாட்டை விற்றுவிடுவது என்று முடிவாயிற்று.

அம்மா நேற்று சொன்னாள், "விலை படிந்து விட்டது இன்றைக்குச் சாயங்காலம் தரகர் வந்து மாட்டை ஒட்டிக்கொண்டு போவார்."

நான் நின்ற இடத்திலிருந்தே மாட்டைப் பார்த்தேன்.

அதற்கென்று போட்டிருந்த கொட்டகையில் அது படுத்துக்கொண்டு அசை போட்டுக்கொண்டிருந்தது. கீழே வைக்கோல் புரிகள் சிந்திக் கிடக்க, பக்கத்தில் காளைக் கன்று, தான் விற்கப்பட்டு விட்டோம் என்பதையோ, அடுத்த சில மணிகளில் தன் வாசஸ்தலம் மாறிவிடப்போகிறது என்பதையோ, புது மனுதர்களையும், புதுப் பழக்க வழக்கங்களையும் எதிர்கொள்ள வேண்டியிருக்கும் என்பதையோ, அறியாது, கொஞ்சமும் சலனமின்றிக் கிடந்தது மாடு.

*

மாடு எங்கள் வீட்டுக்கு வந்த பொழுது, இன்னும் நன்றாக நினைவிருக்கிறது எனக்கு. என் மாமனார், அவர் மகளுக்கு — என் மனைவிக்கு அன்பாக அளித்தது அது. கோனார் ஒரு சாயங்காலப் பொழுதில்தான் மாட்டை எங்கள் வீடு கொணர்ந்து சேர்த்தார். ஏறத்தாழ இருபது மைல் நடந்து வந்திருந்தது. களைப்பு அதன் கண்களில் தெரிந்தது. அதன் வருகையை ஏற்கெனவே அறிந்திருந்ததால், புல் வைக்கோல், புண்ணாக்கு, பருத்திக் கொட்டையெல்லாம் வாங்கி வைத்திருந்தோம்.

தண்ணீர் குடுத்து, தீனி தின்று படுத்துக்கொண்டு களைப்பாறியது அது.

நாங்கள் மாட்டைச் சுற்றி நின்று அதை வேடிக்கை பார்த்துக்கொண்டு இருந்தோம். தலையை மட்டும் நிமிர்த்தி அசைபோட்டவாறு எங்கோ தூரத்தில் தன் பார்வையை லயிக்க விட்டிருந்தது அது. விழிப்பு உண்டு. பார்வை இல்லை. எதையாவது ஆழ்ந்து சிந்தித்துக்கொண்டிருந்தது போலும். மாடு சிந்திக்கக்கூடாதா என்ன?

தன் சம்பந்தி வீட்டிலிருந்து பசு வந்திருப்பதில் அம்மாவுக்குச் சந்தோஷம். சம்பந்தி வீட்டிலிருந்து காதற்ற ஊசி, ஒரு வண்டி வந்திருந்தாலும் அவள் சந்தோஷப்பட்டிருப்பாள். கறந்தவரை லாபம்.

அம்மா வீட்டிலிருந்து தன் பொருட்டு பசு வந்திருப்பதில் என் மனைவிக்குப் பெருமை. கூடவே, மாட்டை முன்னிட்டுத் தனக்கு வேலை கூடுதலாகிவிடுமே என்கிற கொஞ்சம் கவலை.

என் அம்மா இந்த வீட்டுக்கு மருமகளாக வந்த புதிதில், எங்கள் தாத்தா பசு வாங்க வேண்டும் என்று ஆசைப்பட்டாராம். அம்மாவே எனக்குச் சொல்லியிருக்கிறாள். "தோ, பாருங்கள் இந்த வீட்டுக்கு மருமகளாகத்தான் வந்திருக்கிறேன். மாட்டுக்காரியாக வரவில்லை. வடை தட்டும் கையால் வரட்டி தட்ட முடியாது", என்று சொல்லி விட்டாளாம். தாத்தாவும் அந்த விருப்பத்தைக் கைவிட்டு விட்டாராம்.

அது அந்தக் காலம். அம்மா இப்போது ஒரு மாமியார். அவளுக்கு மருமகள் வந்து விட்டாள். மருமகள் வடையும் தட்ட வேண்டும், வரட்டியும் தட்ட வேண்டும். எப்படியெல்லாம் சாத்தியமோ அப்படியெல்லாம் மருமகளை இம்சிக்கா விட்டால் மாமியார் என்கிற ஸ்தானம் என்னாவது?

பசு அழகாகவே இருந்தது. பெரிதும் வெள்ளை, திட்டுத் திட்டாக ஆரஞ்சு வர்ணம். பெரிய நாவற்பழம் போன்ற கண்கள். கண்களைச் சுற்றிக் கருமை மையிட்டதுபோல. ஆரஞ்சு நெற்றியில் வெள்ளைச் சட்டி. பனம்பழம்போல வாய். கன்றுதான், இன்னும் முகத்தில் பிள்ளைக் களை இருந்தது. உயர்ந்த ஜாதிப் பசுவாம் கோனார் சொன்னார். பசுக்களிலும் ஜாதி உண்டு.

பக்கத்து வீட்டிலிருந்து என் பெரியம்மா வந்தாள். அவள் கை விரலைப் பிடித்துக்கொண்டு அவள் பேத்தி, மூன்றாவது

விட்டிலிருந்து என் அத்தை, இடுப்பில் பேரக் குழந்தை, என் மகனின் தெருச் சினேகிதர்கள் எல்லோரும் பசு அழகாக இருக்கிறதென்றார்கள். என் அம்மாவுக்கு வேண்டியிருந்ததும் அதுதான். மற்றவர்களிடம் இல்லாதது தன்னிடம் இருக்கிறது என்று காட்டி பார்ப்பவர் மனசில் ஒரு கடுகளாவாவது பொறாமை விதையைத் தூவுவது. இதில் கிடைக்கிற சந்தோஷம் வேறு எதிலும் கிடைப்பதில்லை, அம்மாவுக்கு.

'பசு லட்சுமி, பசு வீட்டுக்கு வருவது லட்சுமியே வருவதுபோல.' ஆகவே பசுவுக்கு லட்சுமி என்று பேர் வைத்தாள் அம்மா. லட்சுமியை எங்கு கட்டி வைப்பது என்கிற பிரச்சினை வந்தது. மனிதர்கள் மனிதர்களுக்காகவே வீடு கட்டிக் கொள்வதால், ஏனைய ஜீவன்களைப் பற்றி அவர்கள் கவலைப்படுவதில்லை. அப்போதைக்குக் கூடத்தில் நடைபாதையில் ஓர் ஓரம் கட்டி வைத்தோம்.

லட்சுமி சாணி போடக்கூடாது என்று விதியிருக்கிறதா என்ன? போட்டிருந்தது. அடுத்த நாள் காலை அறையை விட்டு வெளியே வந்த என் மனைவித் திடுக்கிட்டு போனாள்.

சுமார் அரைக்கூடை சாணி போட்டிருந்தது லட்சுமி. மூத்திரம் வேறு பெய்து, சாணி கரைந்து சிறு வாய்க்காலாக ஓடிச் சாக்கடையில் சேர்ந்திருந்தது. கூடத்தில் பாதி சாணியாகியிருந்தது. வைக்கோல், புல், தும்புகளும் தூசிகளும் பார்க்க அருவருப்பாய் இருந்தது. மாடு தொடைப் பகுதி முழுவதும் சாணி பூசிக்கொண்டிருந்தது. அந்த நாள் முதல் அவளுக்குக் காலைகளில் முதல் வேலை கூடத்தைக் கழுவி விடுவது என்றாயிற்று.

லட்சுமியைப் பராமரிக்கும் வேலையை அம்மாவே ஏற்றுக்கொண்டாள். அம்மா செய்த ஒரே வேலை அது. வேளா வேளைக்குத் தீனி போடுவது, தண்ணீர் காட்டுவது, வெள்ளிக் கிழமைகளில் சுடுதண்ணீர் வைத்து இளஞ்சூட்டில் லட்சுமியைக் குளிப்பாட்டுவது, மஞ்சள் குங்குமம் பொட்டு வைத்து அழகு பார்ப்பது என்று இந்த வேலைகளில் மிகுந்த ஈடுபாட்டோடு தன்னைக் கரைத்துக்கொண்டாள். பசு தொடர்பான காரியங்களில் அம்மா ஈடுபட்டிருக்கும்போது நான் பலமுறை பார்த்திருக்கிறேன். பரவசத்தோடு இருப்பாள். உள்ளத்துப் பரவசம் காரணமாக, முகம்கூட அழகாய் இருக்கும். லட்சுமி 'அம்மா...' என்று தன் தேவைக்கு அழைக்கும் போதெல்லாம் "ஏண்டீம்மா" என்று ஓடுவாள் அவளுக்கு வயது அறுபத்து ஏழு.

லட்சுமிக்கும் அம்மாவின்மீது ரொம்ப வாஞ்சைதான். அது வந்த முதல் நாள் இரவு— இன்றும் என் நினைவில் இருக்கிறது. புதிய இடம், புதிய சூழ்நிலை, இரவு முழுவதும் கால் மாற்றிக் கால் மாற்றி 'அம்மா... அம்மா...' என்று கத்திக்கொண்டேயிருந்தது. தொழுவத்தில் தன் தாயோடும், சகோதரக் கன்றுகளோடும் ஒன்றாக வளர்ந்துகொண்டிருந்தது அது. திடீரென்று அதைப் பிடித்து அழைத்து வந்து எங்கள் வீட்டில் கட்டிப் போட்ட அந்த முதல் தனிமையான இரவை அந்தக் கன்றால் தாங்கிக்கொள்ள முடியவில்லை. உறவுகளைப் பிரிவதென்பது எல்லோருக்கும் கஷ்டமான அனுபவம்தான். மனிதனானால் என்ன, மிருகமானால் என்ன? ஆத்மா ஒன்றுதான். கன்று தேற இரண்டு நாள் ஆயிற்று.

பசு எங்கள் வீட்டுக்கு வந்து பல நாள் சென்று நிகழ்ந்த நிகழ்ச்சி ஒன்று எனக்கு ஞாபகம் வருகிறது. அம்மா ஏதோ ஒரு விசேஷத்துக்காக இரண்டு நாள் வெளியூர் சென்று வந்தாள். அந்த இரண்டு நாளும் லட்சுமி சரியாகச் சாப்பிடவில்லை. என்றுமே என் பையன்களை முட்டாதது அன்று முட்ட வந்தது. அதன் கண்களில் கோபம். அடிக்கடி 'அம்மா' என்று கத்தியது. அம்மா ஊரிலிருந்து வந்து, பையைத் தூக்கிக்கொண்டு வீட்டுக்குள் நுழைந்தாளோ இல்லையோ, லட்சுமி தும்பை அறுத்துக் கொள்ளும் ஆவேசம்கொண்டு அலற ஆரம்பித்தது. அம்மா ஓடோடியும் போய், அதை அணைத்துக்கொண்டு தடவிக் கொடுத்தாள். கன்றின் ஆவேசம் அடங்கப் பல நிமிஷங்களாயின. அம்மாவை அந்தக் கணத்தில் நான் பார்க்க வாய்ப்பு ஏற்பட்டது. அவள் கண்களில் இருந்து நீர் வழிந்தது உண்மை.

எல்லாம் சரிதான். என் சந்தேகம் வேறு. ஒரு மாட்டின்மீது பாசத்தைச் சொரியும் பக்குவத்தைப் பெற்றவளுக்கு, மனுஷியாகிய மருமகள்மீது மட்டும் வெறுப்பைக் காட்டும் துவேஷ புத்தி எங்ஙனம் வந்தது.?

*

லட்சுமி தன் முதல் கன்றை ஈன்றது. காளைக் கன்று. லட்சுமி களைத்துப் போய் இருந்தது. தன் பக்கத்துக் கன்றை நக்கிக்கொண்டிருந்தது. கன்று எழ முயற்சித்து, விழுந்தது. எழவும் விழவுமாக இருந்தது. தாயைப்போலவே கன்று. ஜனனம் எல்லா உயிர்க்கும் அழகைத் தருகிறது.

பிறந்த பச்சைக் குழந்தைகள், பார்க்க ஐயோ பாவம் என்றிருக்கும். கர்ப்பத்து வாழ்வை முடித்து மண்ணுக்கு வந்ததும்

அவை மிரண்டு போய்விடும். சூழ்நிலைகளை அனுசரித்து, தேறிய பின்பே அவற்றின் முகத்தில் தெளிவு ஏற்படும். என் குழந்தைகள் எனக்குத் தந்த அனுபவம் இவை.

அம்மாவுக்குக் காளைக் கன்று என்றதுமே சப்பென்றாகி விட்டது. அவளுக்கு, பசுங்கன்று பிறக்க வேண்டும் என்கிற எதிர்பார்ப்பு. அம்மாவுக்குப் பெண் குழந்தைகள் இல்லை. நாங்கள் மூவருமே ஆண்கள். எனக்கு இரண்டு பிள்ளைகள், இரண்டும் பையன்கள்.

'பெண் சாபம் உள்ள குடும்பம்டா இது. இங்கு பெண் முளைக்காது' எங்கள் குடும்பத்துப் பூர்வகக் கதைகளுள் இதுவும் ஒன்று. ஏழெட்டுத் தலைமுறைகளுக்கு முன்னால் நடந்ததாம் இது. என் கொள்ளுத் தாத்தாவுக்குக் கொள்ளுத் தாத்தா, தன் பெண்டாட்டியைக் கொன்று புதைத்து விட்டாராம். விஷயம் வேறொன்றுமில்லை. கொல்லையில் மாலைக் கருக்கலில் ஏதோ வேலையாகப் போயிருக்கிறாள் அவள். அதே நேரம் பக்கத்து வீட்டு சுவரில் அந்த வீட்டு இளைஞன் ஏறி, மரத்தில் இலை பறித்திருக்கிறான். பறித்துக்கொண்டு சுவரை விட்டு இறங்கும் அந்தக் கணத்தில், தாத்தா கொல்லைக்கு வந்திருக்கிறார். கொல்லையில் மனைவி — மதிலை விட்டுத் தன் வீட்டுக்குள் குதிக்கும் பையன். எவன் மனசில்தான் மிருகம் இல்லை? தென்னம்பாளையைச் சீவிப் பிழைக்கும் சாணார இரத்தம் கொதித்திருக்கிறது. அரிவாள். பாளையைக் காட்டிலும் மென்மையான கழுத்தை அன்று அரிந்தது. அம்மா சொல்வாள். "பத்தினி சாபம், ஏழேழு தலைமுறைக்கும் இந்த வீட்டுக்குப் பெண் விளங்காது. பிறந்தாலும் தாலியோடு வாழாது."

லட்சுமி முதல் காளைக் கன்று ஈன்ற பொழுதிலிருந்து அம்மா லட்சுமியை விட்டு விலக ஆரம்பித்தாள்.

அன்று அம்மா என் மனைவியைப் பார்த்து, "இந்த வீட்டு மருமகதான் பெண்ணைத் தராத துக்கிரின்னா, மாடுகூடக் காளைக் கன்றுதானே போடுது..." என்று சொல்லியதாக, என் மனைவி என்னிடம் சொல்லி வருத்தப்பட்டுக்கொண்டாள். முதல் கன்று, நாலாம் மாதம் வயிறு வீங்கிச் செத்துப் போயிற்று.

லட்சுமி விரைவிலேயே இரண்டாம் கன்று போட்டது, சொல்லி வைத்தாற்போல அதுவும் காளைக் கன்றுதான். அம்மா லட்சுமியை விட்டுச் சுத்தமாக ஒதுங்கிப் போனாள். அதோடு என் மனைவிக்கும் அவளுக்கும் பூசலும் அதிகமாயிற்று. அம்மாவும் மனைவியும் சேர்ந்து எனக்கு அதிகமான மனச்சோர்வைக் கொடுத்த நாட்கள் இவை.

திடீரென்று சட்னியில் உப்புக் கூடிவிட்டது என்று புகார். காப்பியா இது, சர்க்கரைத் தண்ணியா? அல்லது கழுநீரா? சாம்பாரில் இவ்வளவு புளி சேர்க்க எந்தச் சீமையில் கற்றுக் கொடுக்கிறார்களோ? உன்னைச் சாதம் தானே வடிக்கச் சொன்னேன். இப்படிக் கொழகொழ என்று கஞ்சி காய்ச்சச் சொன்னேனா? வீடு நடக்கச் சகிக்கவில்லை. காலெல்லாம் மண். தரித்திரம் தொலையக்கூடாது என்று தவம் இருக்கியோ? ராஜா மாதிரி (அதாவது நான்) பிள்ளைக்குத் தேடிப் பிடித்தேனே... ஒரு மிகச் சின்ன விஷயத்துக்கு காற்றடித்து, பெரிது பண்ணி, அதைப் பல குரல்களில், தொனிகளில் மாற்றி மாற்றி ஒரு மணி நேரம் பேச என் அம்மாவைத் தவிர உலகத்தில் வேறு யாரால் முடியும்...? முடியாது.

*

அம்மா லட்சுமியை விட்டு விலக விலக நான் அம்மாவை விட்டு விலகியதாக இப்போது நினைக்கிறேன். லட்சுமியை அம்மா புறக்கணித்தது ராட்சஸத்தனம். லட்சுமியின் தவிப்பை என்னால் உணர முடிந்தது. தொடக்கத்தில் தொடர்ந்து பல மணி நேரங்கள் அம்மாவைப் பார்க்காமல் இருந்த படியால், லட்சுமி 'அம்... மா' என்று கூப்பிட்டுக்கொண்டே இருந்தது. கால் மாற்றிக் கல் மாற்றி நின்று கனைத்தது. முதலில் தீனி தின்ன மறுத்தது. என் மனைவி தீனி வைக்கப் போகும்போது, யாரோ போல் அவளைப் பார்த்து 'உஸ்...' என்று பெருமூச்சு விட்டது. பிறகு அவளைப் பார்க்கும் போதெல்லாம் பின்னால் நகர ஆரம்பித்தது. முதுகை அடிக்கடிச் சிலிர்த்துக்கொண்டது. ஒழுங்காகச் சாப்பிடச் சில வாரங்கள் ஆயின. மிருகங்கள் இன்னொரு ஜீவனைச் சினேகித்து விட்ட பிறகு அந்தச் சினேகிதத்தை மனிதர்களைப்போல மறுபரிசீலனை பண்ணுவது இல்லை. லட்சுமியின் துன்பம் இதுதான்.

லட்சுமியின் தோற்றமே மாறிப்போய் இருந்தது. பிள்ளைகள் பெற்றுக் குடும்பம் நடத்தும் நடு வயதுக்காரி மாதிரி அது இருந்தது. முகத்தில் முதலில் இருந்த பிள்ளைக்களை இல்லை. அம்மாவைப் பார்க்கும் போதெல்லாம் குதிக்கும் கும்மாளம் இல்லை. அதன் நடப்பில் நிதானம் வந்தது. பேசத் தெரிந்த, உணர்ச்சியை வெளிக்காட்டும் மனுஷர்களிடம் சண்டை போடுவதல்லவோ நியாயம். இந்த அப்பாவியிடம் எதற்கு இவள் சண்டை போடுகிறாள் என்று இருக்கும்.

லட்சுமி சம்பந்தப்பட்ட முழு வேலையும் என் மனைவியைச் சேர்ந்ததாயிற்று. லட்சுமியின் இடமும், கொஞ்சம் வீட்டிலிருந்து

தூரத்தில் உள்ள கொல்லைக் கொட்டகையில் மாறியது. அவ்வப்போது அம்மாவைப் பார்க்க நேர்ந்தால் கூப்பிடும். அம்மா திரும்பிக்கூடப் பார்க்காமல் வந்து விடுவாள்.

லட்சுமி இரண்டாம் கன்றை ஈன்ற பிறகு, அம்மா இதுவரை தாங்கள் பார்த்தறியா முகங்களை எங்களுக்குக் காட்டினாள். எப்பவோ எனக்குப் பின்னால் பிறந்து, அம்மை வார்த்து இறந்து போன என் ஐந்து வயதுச் சகோதரியை நினைத்துக்கொண்டு அழுதாள். குமுறிக் குமுறி, அது நேற்று நடந்த சமாசாரம் என்றது போல் அழுதாள். இவள் இறந்த தேதியை மீண்டும் நினைவுக்குக்கொண்டு வந்து, பாவாடைச் சட்டைத் தைத்து, பொங்கல் இட்டுப் படையல் போட்டாள். இந்தப் பாவாடை சட்டைகளை எதிர் வீட்டுக் குழந்தைக்குத் தானம் செய்தாள். எங்கள் வீட்டுக்கு வரும் ஏழைப் பெண்களுக்கு, தன் புடவைகளை எடுத்துக் கொடுத்தாள். தாராளமாகப் பண உதவி செய்தாள். எல்லாவற்றுக்கும் மேலாக, என் மனைவி ஊரில் இல்லாத நேரங்களில், எனக்குத் தன் உடல் தள்ளாமையையும் பொருட்படுத்தாமல் விருந்துக்குச் சமைப்பது போல் சமைத்தாள். அந்தக் கரிசனம் எனக்கு வேண்டியிருக்கவில்லை. என் மீதான பாசம் என் மனைவியின் மீதான பகையின் வேறு வடிவம்.

மனிதர்கள் தங்கள் கடமையைச் செய்யாவிட்டால் என்ன? லட்சுமி தான் ஏற்றுக்கொண்டதை எங்களுக்குத் திரும்பிக் கொடுக்கத்தான் செய்தது. என் குழந்தைகளுக்கும், எங்கள் தேவைகளுக்கும் அது பால் கொடுக்கத் தவறியதில்லை. நான் அறிந்து ஒரு பொழுதும் பால் கறக்க வருபவர்களிடம் வம்பு செய்ததே இல்லை. கோனார் வராத நேரங்களில் வீட்டில் நாங்கள் யார் இருந்தாலும் கறப்போம். எங்கள் தேவைகளுக்கு மேல் நிற்கும் பாலை விற்றுக் காசாக்குவோம். காசு பருத்திக் கொட்டை, புண்ணாக்கு, புல்லுக்கு ஆனது.

அம்மாவுக்கு காப்பி அவசியம். தினம் நான்கு முறையாவது குடிப்பாள். இரண்டாவது கன்று பிறந்த பிறகு லட்சுமியின் பாலை அம்மா சீண்டவே இல்லை. ஓட்டலிலிருந்து காபி வரவழைத்துக் குடித்தாள். அம்மாவை விட்டுப் பெரிதும் விலக, இதுவே எனக்குக் காரணமாயிருந்தது. அம்மா முகம் கோரமாகி, பார்க்கவே பயமாயிருந்தது.

அன்றைய சாயங்காலம் தரகர் இன்னோர் ஆளுடன் வந்துவிட்டார்.

மாட்டை விற்க வேண்டியது இல்லை என்று மதியத்திலிருந்தே அம்மாவுடன் நான் பேசிக்கொண்டிருந்தேன். அவள் கேட்பதாய் இல்லை.

ஒரு கட்டத்தில் மாடு இங்கிருந்து போய் விடுவதே நல்லது என்று எனக்குப் பட்டது. லட்சுமி போன்றவர்கள் இருக்க வேண்டிய இடம், எங்கள் வீடு அல்ல என்று தோன்றியது.

தரகர் கயிற்றைப் பற்றிக்கொண்டு வெளியே வந்தார். கன்று தாயைப் பின் தொடர்ந்தது. இரண்டு புதியவர்கள் நம்மை எங்கோ அழைத்துச் செல்கிறார்கள் என்று கண்டுகொண்டதும் லட்சுமி என்னை, என் மனைவியை, என் குழந்தைகளை, "அம்மாவைப் பார்த்து 'அம்... மா' என்றது. லட்சுமி போன பல மணி நேரங்களுக்குப் பிறகும் அதன் கூப்பாடு எனக்குள் எதிரொலித்துக்கொண்டேயிருந்தது.

அம்மா வீட்டுக்குள் வந்து உட்கார்ந்து அழுதாள். நிச்சயமாகச் செத்துப் போன தங்கைக்காக அல்ல, இந்த அழுகை.

என்னதான் ஆனாலும் அம்மாவும் மனுஷிதானே.

1985

❖

அப்பாவின் வேஷ்டி

அப்பாவிடம் ஒரு பட்டு வேஷ்டி இருந்தது. அப்பாவிடம் வெண்பட்டும், பொன்னிறப் பட்டு வேஷ்டிகளும் நிறைய இருந்தாலும்கூட, குழந்தைகளாகிய எங்களுக்கு அவருடைய சிவப்புப் பட்டு வேஷ்டியே அற்புதமானதாகத் தோன்றியது.

சிவப்பென்றால் சுத்தச் சிவப்பும் இல்லை. குங்கும வண்ணமும் இல்லை. செப்புப் பாத்திரத்தைப் புளிபோட்டு விளக்கிப் படிக்கல்லில் வைத்து விட்டுக் குளிப்பார்களே. அப்போது பார்த்திருக்கிறீர்களா நீங்கள்?! உதயகாலத்துச் சூரிய ரேகைகள் பட்டுத் தகதகக்குமே அந்தச் செப்புப் பாத்திரம் — அது மாதிரியான வேஷ்டி அது.

முழுதும் செப்புக் கலரும் இல்லை. கரை பச்சை நிறம் நாலுவிரல் அகலம். கரையில் சரிகை வேலைப்பாடுகள். சரிகை வேலைப்பாடு என்ன என்கிறீர்கள்? வாத்துகள் ஒன்றன் பின் ஒன்றாக அணிவகுத்துச் செல்கிற சித்திரம். அவை வாத்துகள் அல்ல. அன்னப்பறவைகள் என்றாள் அம்மா. நாங்கள் அன்னப் பறவைகளை நிஜத்தில் பார்த்ததில்லை. அந்த வேஷ்டியின் கரையில்தான் பார்த்திருக்கிறோம். எதுவானால்தான் என்ன? உயிருள்ள ஜீவராசிகள்.

அந்த வேஷ்டி சாதாரணமாகக் கண்களில் காணக் கிடைப்பதில்லை அப்பா, அதை அவருடைய ஆளுயர, மிக அகலமான அலமாரியில் வைத்திருப்பார். அந்த மாதிரி அலமாரிகள் எல்லாம் இப்போது கிடைப்பதில்லை.

ஒற்றை ஆள் அகலம் தானே இப்போதைய அலமாரிகள். அதுவோ மூன்று அலமாரிகளைப் பக்கம் பக்கமாக நிறுத்தி வைத்தது போல் இருக்கும்.

அப்பா அலமாரியில் இருந்து அதை எடுக்கப் போகும் நேரம் எங்களுக்குத் தெரியும். எனக்கும் என் தங்கை ராஜேஸ்வரிக்கும். பண்டிகை, மற்றும் தாத்தாவுக்கு தெவஷம் முதலான நாட்களில்தான் அது வெளி வரும். அந்த நாட்கள்தான் எங்களுக்கு முந்தியே சொல்லப்பட்டிருக்குமே! அப்பா குளித்து விட்டு வந்து அந்த வேஷ்டியைத்தான் எடுத்து உடுத்துவார். அப்பா எப்போது குளித்து விட்டு வருவார் என்று தவம் கிடப்போம், அலமாரிக்கு முன்னால்.

அப்பாவுக்குக் குளிக்க ஒரு மணி நேரம் அவசியப்படும். அநியாயத்துக்கு ஏன் அவர் தாமதம் பண்ணுகிறார் என்று இருக்கும். அது குழந்தைப் பருவம். கேள்விகளால் மட்டுமே ஆன பருவம். இப்போது தெரிகிறது. குளிப்பது அழுக்குப் போகவா? அழுக்குப் போகக் குளித்தது யார்? குளிப்பது ஒரு சுகம். உச்சந்தலையில் விழுந்த குளிர்ச்சி வழிந்து வழிந்து பாதத்துக்கு வருகிற இன்பத்துக்குத் தானே குளிப்பது. குளித்த பின் ஏற்படுகிற புத்துணர்ச்சிக்குத் தானே குளிப்பது? அப்பா ஒரு மணி நேரம் எடுத்துக்கொண்டது நியாயம் என்றே தோன்றுகிறது.

சரி! குளித்ததும் சட்டுப் புட்டென்று வந்து வேஷ்டியை எடுப்பார் என்றா நினைக்கிறீர்கள்? அதுதான் இல்லை. குளித்தும் கோமணத்தோடு வாசலுக்கு வந்து நின்று விடுவார். ஈரத்தைப் பாதி தானும், மீதி சூரியனும் துடைக்க வேணும். நாங்கள் அப்பாவையே பார்த்துக்கொண்டு இருப்போம். நீர் முத்துக்கள் அவர் முதுகில் கோடு கிழித்துக்கொண்டு இறங்குவதைப் பார்க்க வியப்பாய் இருக்கும். அவர் முதுகே ஒரு பெரிய தாமரை இலையாகவும், நீர்கள் முத்துக்களாகவும் தோணும். நிதானமாகவும், அங்குலம் அங்குலமாகவும் துடைத்து ஈரம் போக்குவார். அப்பாவின் உடம்பு சிவந்து போய்விடும். ஏற்கெனவே அவர் சிவப்பு, குளித்தபின் உடம்பு பழுத்து விட்டது மாதிரி இருக்கும்.

“மணியாகுது சீக்கிரம் வந்து படைச்சா என்ன?” என்பாள் அம்மா. இதைக் கோபமாகவும் குற்றச்சாட்டாகவும் சொல்வாள் என்கிறீர்களா? இல்லை! இன்னும் கொஞ்ச நேரம்தான் ஆகட்டுமே என்று அப்பாவைத் தட்டிக் கொடுப்பது போல் இருக்கும். கூரை எரவானத்தில் ஒரு கையை வைத்துக் குனிந்து,

வாசலில் நிற்கும் அப்பாவைப் பார்த்துச் சிரித்துக்கொண்டு அம்மா இதைச் சொல்கையில் எங்களுக்குக் கோபம் கோபமாய் வரும்.

அப்பாடா! ஆச்சு, ஒரு வழியாகக் குளித்து முடித்துத் துவட்டிய துண்டை இடையில் கட்டிக்கொண்டு கோமணத்தை உருவிப் பிழிந்து, பத்துத் தடைவை ஈரத் தூசி பறக்க உதறி உதறி வாசலில் கட்டியிருக்கும் கொடியில் காயப் போடுவார். அது காற்றில் பறந்து விடாமல் இருக்க, முனைகள் இரண்டையும் பிடித்து முடிச்சுப் போடுவார். அப்புறம் தலைமுடியை, தலையைக் கவிழ்த்துக் தட்டித் தட்டி ஈரம் போக்குவார். தெறிக்கும் நீர்த்தூசுகள், சின்னஞ்சிறு கொசுக் கூட்டம் மாதிரி இருக்கும்.

அப்புறம் கூடத்துக்கு வருவார் அப்பா. சடாரென்று வந்தால் தேவலையே! அதுதான் இல்லை. கூடத்து மிதியடியில் காலை இப்படி அப்படிப் புரட்டிப் புரட்டி நன்கு மணல், மண்போகத் துடைப்பார். காலில் ஒரு துளி அழுக்கு இருக்காது. அழுக்கு அவரது ஜென்மப் பகை ஆச்சே! எங்களுக்குத் தெரியுமே. அப்புறம்தான் அலமாரியைத் திறப்பார் அப்பா.

அந்தக் கணம் ஓர் அபூர்வமான கணம். கதவைத் திறந்ததும் குபீரென்று பச்சைக் கற்பூர வாசனை வந்து தாக்குமே, சிலிர்க்க அடிக்குமே உடம்பை, அந்தக் கணம். அதற்காகத்தானே காத்திருக்கிறோம். இத்தனை நாழி காத்திருக்கிறோம். நாங்கள் மூக்கு, வாய் இரண்டையும் கரை மீன் திறப்பதுபோலத் திறந்து திறந்து மூடி அந்த வாசனையை அனுபவிப்போம். அலமாரிக்குள் ஒரு சின்ன ஜாதிக்காய் பெட்டி வைத்திருப்பார். அந்தப் பெட்டிக்குள் என்ன இருக்கும்? ஒரு நாள் "அப்பா... அப்பா... அந்தப் பெட்டியை எனக்குக் காட்டுப்பா!" என்றேன். அப்பா சிரித்துக்கொண்டே என்னைத் தூக்கிப் பெட்டியண்டைக் காட்டினார். ஒரு வெள்ளைத் துண்டில் சுற்றி வைக்கப்பட்ட வேஷ்டி, சுருள் சுருளாகச் சுற்றி வைக்கப்பட்ட காகிதம். (பத்திரங்கள் என்று பின் நாளில் தெரிந்துகொண்டேன்) ராணி ராஜா படம் போட்ட நோட்டுகள், தங்கக் காசுகள், அப்பாவுடைய சிவுப்புக்கல் வெள்ளைக்கல் மோதிரங்கள் எல்லாம் இருந்தன. ராஜி பொறுத்துக் கொள்வாளா என்ன? "நானும் பார்க்கணும்பா..." என்றாள். அப்பா அவளையும் பெட்டித் தரிசனம் பண்ணி வைத்தார்...

அப்பா இப்போது அந்தப் பெட்டியைத் திறந்தார். ஜாக்கிரதையாக அந்தச் சிவப்பு வேஷ்டியை எடுத்துக்கொண்டு

அறைக்குள் போனார். துவைத்துக் காயப்போட்ட அன்டிராயர்கள் அப்பா அறையில், கொடியில் தொங்கும். அவைதான் எவ்வளவு பெரியவை. ஒன்றை வெட்டி ராஜிக்கு பாவாடையும், சட்டையும் தைக்கலாம் என்று இருக்கும். அப்பா முட்டி வரை நீளும், அந்த அன்டிராயரைப் போட்டுக்கொண்டு, அதன் மேல் வேஷ்டியைக் கட்டிக்கொண்டால்தான் அப்பாவுக்கு நிற்கும்!

அப்பா வேஷ்டியைக் கட்டிக்கொண்டு வெளியே வருவார். அடடா... நெருப்பைச் சுற்றிக்கொண்டு வருவது போல் அல்லவா இருக்கும்... அந்த வேஷ்டியில்தான் அப்பா எவ்வளவு அழகாகத் தெரிந்தார். அவரால் அந்த வேஷ்டிக்கு மகிமையா, அல்லது அந்த வேஷ்டியாலா? அப்பாவை அப்போது கட்டிக் கொள்ள வேண்டும் போல் இருக்கும். கட்டிக் கொள்வேன். பச்சைக் கற்பூரத்தின் வாசனையோடு அந்தப் பட்டு சில்லென்று குளிர்ச்சியாய், பாப்பாவின் கன்னம்போல மிருதுவாய் இருக்கும். அதைத் தடவித் தடவிச் சந்தோஷம் கொள்வேன்.

அந்த வேஷ்டியோடுதான் பண்டிகை மற்றும் விசேச நாட்களில், தெவஷத்தின்போது அப்பா பூஜை எல்லாம் செய்வார். பூஜை என்றாலே எனக்கு நினைவில் நிற்பவை இரண்டு விஷயங்கள்தான். ஒன்று, சாப்பாடும் அன்றைக்கு சீக்கிரம் ஆகாது, தாமதம் ஆகும். வடை, பாயசம் என்று பட்டியல் நீள்வதால் அப்படி. ரெண்டாவது, அந்த நாட்களில் இனிப்புப் பட்சணங்கள் கட்டாயம் இருக்கும். தவிர சொந்தக்காரார்கள் நிறையப்பேர் வருவார்கள். மரம் ஏறிய கையோடு குடுக்கையும், வடமுமாகச் சிலர் வருவார்கள். தென்னை மரத்தைத் தேய்த்து ஏறிய காரணமாகவும், கள்ளுக்குப் பானை சீவியதன் காரணமாகவும் அவர்கள் மேல் கள்நெடி அடிக்கும். கள் வாசனை பூவைப்போலவே நல்ல வாசனைதான். சாப்பிட உட்காருவதற்காகக் குடுக்கையைச் சுவர் ஓரம் சாய்த்து வைப்பார்கள். அதில் உள்ள அரிவாளின் பளபளப்பு என்னைக் கவர்ந்த ஒன்று. அதைக் கையில் எடுத்து பார்க்கும் தைரியம்தான் இன்று வரை ஏற்படவில்லை. அந்த அரிவாளின் கூர்மையும் பட்டின் பளபளப்பும் சமம்.

இளமைக் காலத்தில் எனக்குள் ஒரு லட்சியம்தான். பெரியவர்கள், “நீ பெரியவன் ஆனதும் என்னை செயப் போகிறாய்?” என்று கேட்பார்கள். அப்பாவும், அம்மாவும் எனக்கு உருவேற்றி இருந்தார்கள். டக்கென்று பதில் சொல்வேன். “நான் டாக்டராவேன்...” இல்லையெனில் “நான்

இன்ஜீனியர் ஆவேன்” என்று சமயத்தில் ஞாபகத்துக்கு வந்ததைச் சொல்வேன். கேட்டவர்கள் திகைத்துப் புருவத்தை மேலே உயர்த்தி என்னைப் பார்ப்பார்கள். அப்பாவுக்கும் அம்மாவுக்கும் பெருமை நிலை கொள்ளாது.

ஆனால், இந்த டாக்டர் பெருமையும், இன்ஜினீயர் பெருமையும் என் மனசுக்குள் இல்லை. பெரியவர்களுக்கு முன் நான் பொய்தான் சொன்னேன். இந்தப் பொய் ரசிக்கத்தக்க பொய். பெரியவர்கள் துண்டமாக்கிக் கொடுத்திருந்த இதை அவர்களிடமே திரும்பவும் நான் வீசினேன். சந்தோஷமாக வாலை ஆட்டிக்கொண்டு அவர்கள் அதை விழுங்கிக்கொண்டார்கள்.

இதைச் சொல்ல வெட்கம் என்ன? எனக்குப் பெரியவன் ஆனதும் அப்பாவின் வேஷ்டியைக் கட்டிக் கொள்ள வேண்டும். இதுவே என் லட்சியமாக இருந்தது. நான் பெரியவன் ஆக ஆசைப்பட்டது இதற்காகத்தான். பெரியவன் ஆனால் அப்பாவைப்போல மீசை முளைக்குமே? மார்பில் சுருள் சுருளாக முடி முளைக்குமே. முக்கியமான விசேஷ நாட்களில், அந்த சிவப்புப் பட்டு வேஷ்டியைக் கட்டிக்கொண்டு நான் சாமி கும்பிடுவேனே. நான் பெரியவன் ஆக வேண்டுமே!

மடித்தே வைக்கப்பட்டுக் கிடந்ததால், அந்த வேஷ்டி எப்போதும மடிப்புக் குலையாமல் இருக்கும். மடிப்புகள் பிரிக்க முடியாதனவாக இருக்கும். கடைசி வரை அன்னங்கள் முழுமையாகவே இருந்தன. சரிகைக் கரை இற்று வழிவில்லை. நெசவு நேர்த்தி அப்படி. அது அந்தக் காலத்துக் கை வேலைத் திறன். அவசர வாகன யுகம் தோன்று முன்பே தோன்றிய ஒரு நெசவுத் கலைஞனின் கை நேர்த்தி அப்படி உருவாகி இருந்தது. ‘இதை எங்கு வாங்கியது?’ என்று அப்பாவிடம் கேட்டு வைத்துக் கொள்ளவில்லை. நான் காவிரிக் கரையில், சோற்றுக்குப் பஞ்சம் இல்லாத, வெற்றிலைப் பாக்குப் போட்டு சிவந்த வாயுடன், உடம்பில் இளஞ்சூடு பரவிய திருப்தியில் ஒரு மனிதன் தன் மனைவியோடு சேர்ந்து நெய்த வேஷ்டியாக இது இருக்க வேண்டும். மாயவரம், கூறைநாடு, திருபுவனம் என்று ஏதாவது ஒன்றாய் இருக்கக் கூடும். பிறப்பிடம் மூலம் எதானால் என்ன? பிறந்த பயனை? கர்மாவைக் குறைவற பரிபூரணமாகச் செய்தது அது என்பது சத்தியம்.

எனக்கு கல்யாணங்களுக்குப் போவதில் அந்தக் காலத்தில் பெருத்த ஆர்வம் இருந்தது. காரணம் இதுதான். மாப்பிள்ளை பட்டுடுத்திக்கொண்டு இருப்பார். பட்டு வேஷ்டியைப் பார்ப்பதே இன்பமான அனுபவமாக இருக்கும். எத்தனை,

எத்தனை வகையான பட்டுடுத்திப் பெண்கள் கல்யாணங்களுக்கு வருகிறார்கள். பட்டுப் புடவைகளை வைத்துக்கொண்டு கல்யாணங்களுக்கு ஏங்குகிறார்கள் பெண்கள். கல்யாணங்களே உலகில் இல்லாது போனால் இந்தப் பெண்கள் கண்ணீர் வடிப்பார்கள். பட்டுடுத்தி யாரிடம் காட்டிப் பரவசப்பட்டுக் கொள்வது?

என் கனவுகள்கூட அந்தக் காலத்தில் பட்டாய் இருந்தன. கனவுகளில் அன்னப்பறவைள் அணிவகுத்து வரும். ஆகாயம் செம்புக் கலரில், கத்தியாய் மின்னும். அந்தச் செம்பு ஆகாயத்தின் ஊடே பச்சை நிறத்தில் ஒருநீளமான ஆறு. அந்த ஆற்றில் அந்த அன்னங்கள் நீந்தின.

அந்த வேஷ்டியை அப்பா துவைத்து நான் இரண்டு முறைப் பார்த்திருக்கிறேன். குழந்தைப் பாப்பாவைக் குளிப்பாட்டுவது மாதிரி இருக்குமே! அதற்குச் சுடு தண்ணீர் ஆகாது. பச்சைத் தண்ணீரில்தான் அதைக் குளிப்பாட்டுவார். சவுக்காரம் அதற்கு ஆகாதாம். ஆகவே சந்தன சோப்பைத்தான் அப்பா உபயோகிப்பார். அப்பா குளித்தது மைசூர் சந்தன சோப்பில். அதற்கும் முந்தி கதம்ப சோப்பில். பிரான்சில் இருந்து வந்த கதம் சோப். நாங்கள் கதம்ப சோப் என்போம். இறக்குமதி நின்று போனவுடன் மைசூர் சந்தன சோப். அதைத்தான் அதற்குப் போடுவார். சோப் போடுவது தடவிக் கொடுப்பது மாதிரி இருக்கும். அம்மா எங்களுக்கு எண்ணெய்த் தேய்த்து விடுகிற முரட்டுத்தனம் இருக்காது. அவ்வளவு மெது. கசக்கிப் பிழிய மாட்டார். மெதுவாக நீரில், அகலவாக்கில் வேஷ்டியின் முனைகளைப் பிடித்துக்கொண்டு அலசுவார். பிறகு, தண்ணீர்த் துளி எங்கள் மேல் தெறிக்க, உதறுவார். ரொம்பவும் உதறக்கூடாது. நாள்பட்ட துணி கிழிந்து விடக் கூடும். உதறும்போது, மழைச் சாரலில் நிற்பது போல் இருக்கும் எங்களுக்கு. அப்புறம் நிழலில் காயப் போடுவார். வெயில் பட்டால் நிறம் வெளுக்கக் கூடும். காய்ந்ததும் அப்பாவக்குச் சொல்ல வேண்டியது எங்கள் பொறுப்பு. நாங்கள் மாற்றி மாற்றி அஞ்சு நிமிஷத்துக்கு ஒருமுறை துணியைத் தொட்டுப் பார்த்துக்கொண்டே இருப்போம், காய்ந்து விட்டதா என்று பார்ப்பதற்காகத்தான். எங்களுக்கு இது ஒருசாக்கு. அந்தச் சாக்கில் வேஷ்டியைத் தொட்டுப் பார்த்துக்கொண்டே இருக்கலாமே!

சாயங்காலம் வாக்கில் வேஷ்டிக் காய்ந்து விட்டிருக்கும். அப்பாவிடம் சொல்ல ஓடுவோம். அப்பாவே வந்து, நிதானமகா அதைக் கொடியில் இருந்து எடுத்து, மூலை பிசிறில்லாமல்

இழுத்து மடித்து, மீண்டும் அந்தப் பெட்டிக்குள் வைத்து விடுவார். இனி அதன் உபயோகம், அடுத்த நல்ல நாளில்தான்.

நாளடைவில் எனக்கும் மீசை முளைத்தது. ஒரு சிநேகிதனின் சகோதரிக்கு லவ் லெட்டரும் கொடுத்தேன். உதை வாங்கினேன். நியாயம் தானே! அப்புறம் கல்லூரிக்குச் சென்றேன். என்னமோ படித்தேன். என் மூளையை ஆக்கிரமித்துக் கொள்ள, எவ்வளவோ விஷயங்கள் இருந்தன.

என் கவனத்தைக் கவர எவ்வளவோ நிகழ்ச்சிகள், நடப்புகள். உலகம் ஜீவத் துடிப்போடு ஒவ்வொரு கணமும் அல்லவா பிறந்து இறந்து, பிறந்து இறந்து, தன்னைப் புதிப்பித்துக் கொள்கிறது. என் மனசில்தான் எத்தனை ஆவாகனங்கள். கம்பன், கதை சொல்லிகள், கொடி மரத்து மூலை வக்கீல் ஜெகந்நாதையர் மகள் உமா மகேஸ்வரி எல்லோரும் சேர்ந்து என்னை உருமாற்றி அடித்து விட்டார்களே, கம்பியை நகையாக்குவதுபோல...! இடையிடையே அந்தச் செப்புப் பட்டு வேஷ்டியும் என் நினைவில் ஆடும். நீ எங்கு, எவ்வாறு இருக்கிறாய்?

அதைப் போற்றிக்கொண்டாடி, பயன் துய்க்க அப்பா இல்லை. பெட்டியுள் இருக்கும் பாம்பென உயிர்த்துக்கொண்டிருக்கும் அது என்பது எனக்குத் தெரியும். ஆண்டுகள் பல கழிந்து ஒருமுறை சொந்த ஊருக்கு வந்தபோது ஒரு சம்பவம் நிகழ்ந்தது.

அப்போது விநாயக சதுர்த்தி வந்தது. நன்றாக நினைவு இருக்கிறது. ராஜி, கல்யாணம் செய்துகொண்டு போய்விட்டிருந்தாள். நான்தான் பிள்ளையார் வாங்கி வந்தேன். அச்சுப் பிள்ளையார்தான். மூக்கும் முழியும் கன கச்சிதம். இந்தச் சாமிதான் என்ன அழகான கற்பனை! என்னையே படைக்கச் சொன்னாள், அம்மா.

மனசுக்குள் ஒரு படபடப்பே எனக்கு ஏற்பட்டு விட்டது. அந்தப் பெட்டிக்குள் இருக்கும் வேஷ்டியை நினைத்துத்தான். சுய நினைவின்றித்தான் குளித்தேன். ஈரம் போகாமல் துவட்டிக்கொண்டு, அப்பாவின் அலமாரியைத் திறந்தேன். அந்தப் பச்சைக்கற்பூர வாசனை இன்னும் இருந்தது. வாசனை போகாது போலும்! அனுபவித்தேன். உடன் ராஜி இல்லையே என்று வருத்தமாய் இருந்தது. ஜாக்கிரதையாகப் பெட்டியையும் திறந்தேன். அப்பாவின் மோதிரங்களைத் தவிர மற்றவை அனைத்தும் அங்கு இருந்தன. மோதிரங்கள், என் கல்லூரிக் கட்டணமாகவும், சாப்பாட்டுச் செலவாகவும் ஏற்கெனவே மாற்றம் அடைந்திருந்தன.

வேஷ்டியை வெளியே எடுத்தேன். அதன் மேல் சுற்றிய துண்டை நீக்கினேன். அதே குழந்தையின் மென்மை. அதே கத்தியின் பளபளப்பு. அதே வாசனை. கொஞ்சம்கூட நிறம் மங்கல் இல்லை.

இடுப்பில் சுற்றிக்கொண்டேன். மனசு அப்பாவை நினைத்துக்கொண்டது. மயிர்க் கால்கள் குத்திட்டு நின்றன. வாழை இலையைச் சுற்றிக்கொண்டது போல் இருந்தது. அவ்வளவு மழமழப்பு.

மனைப் பலகையை எடுத்துப் போட்டுக்கொண்டு, பிள்ளையாருக்கு முன் அமர்ந்தேன். ஓர் ஓசை, முனகலோடு வேஷ்டி உயிரை விட்டது. என் பின் பக்கத்து மடிப்புகள் தோறும் நீளம் நீளமாகக் கிழிந்திருந்தது. எழுந்து நின்றுகொண்டேன். இருட்டில் குழந்தையின் கையை மிதித்து விட்டாற் போல் இருந்தது.

அடுப்பங்கரையிலிருந்து அம்மா கொழுக்கட்டைப் பாத்திரத்தோடு வந்தாள்.

"என்னடா, கிழிஞ்சு போச்சா... போவட்டும்... அப்பா காலத்து வேஷ்டி! உனக்கு எப்படி உழைக்கும்... போயி, உன் வேஷ்டியைக் கட்டிக்கிட்டு வந்து காரியத்தைப் பாரு!" என்றாள் அம்மா.

நான் என் டெரிகாட்டன் வேஷ்டியை எடுத்துக் கட்டிக்கொண்டு, பிள்ளையாருக்கு முன் உட்கார்ந்தேன். டெரிகாட்டன் வேஷ்டிதான் எனக்குச் சரி என்று பட்டது. ஆனாலும் மனசுக்குள் எங்கோ வருத்தமாகத்தான் இருந்தது.

1985

❖

பாதுகை

இரண்டு பெருச்சாளிகள் பக்கத்தில் பக்கத்தில் நிற்பதுபோல அந்தச் சப்பாத்துகள் (ஷுக்கள்) இருந்தன. புத்தம் புதிய சப்பாத்துகள், முகம் பார்த்துத் தலை சீவிக் கொள்ளலாம் போன்ற பளபளப்பு. வாசலில் காய்ந்த வெயில் வெளிச்சம் பட்டு கறுப்பு மின்னல் மாதிரி அலைகள் ஒளிர்ந்தன.

பொன்னுத்தம்பி அந்தச் சப்பாத்துக் குழந்தைகளைப் பார்த்தான். கறுப்பு இரட்டைக் குழந்தைகள். வெள்ளைக்காரத் தெருவில், துரைமார்களுக்கு மட்டுமே பாதுகைகள் செய்யும் மாடன் சிரத்தையோடு ஆர்வத்தோடும் செய்திருந்தான் அவற்றை. விலை கொஞ்சம் கூடுதல்தான். அதற்கென்ன செய்ய முடியும். துரைமார்கள் கொடுக்கிற கூலியைத்தானே தானும் கொடுக்க வேண்டியிருக்கிறது என்று நினைத்துக்கொண்டான். ரொம்ப நாள் ஆசை அன்று நிறைவேறியது பொன்னுத்தம்பிக்கு. துரைமார்களைப்போலவே படித்து அவர்களோடேயே தொழிலும் செய்கிறவன். அவர்களைப் போலவும் உடுத்த வேண்டாமா என்ன?

கஞ்சி முடமுடப்பில் நிமிர்ந்து, கத்தி மாதிரி நின்ற கால் சராய்களின் மடிப்பு பழுதுபடா வண்ணம் வாகாக உட்கார்ந்துகொண்டு மேஜோடுகளை எடுத்தான். மேஜோடுகளும் புதிதுதான். பாம்பு உரித்த சட்டை மாதிரி, மெருகும் மென்மையுமாய் இருந்தது அது. இரண்டு கால்களிலும் மேஜோடுகள் அணிந்து முடித்து, சப்பாத்துகளை எடுத்தான்.

மேலே படிந்திருந்த தூசை, அவற்றுக்கு நோகாமல் தட்டிச் சுத்தம் செய்தான். ஒவ்வொன்றிலும் காலை நுழைத்துக் கயிறால் இழுத்துக் கட்டிக்கொண்டான். வளர்ப்பு நாய்க்குட்டி காலைக் கவ்வியது மாதிரி சப்பாத்துக்களும் கவ்விக்கொண்டன. நாலடி நடந்தான்.

என்ன சுகம்! நடக்கவே சந்தோஷத்தையும் உந்துதலையும் கம்பீரத்தையும்கூட அது தந்தது. ஏழெட்டு வயசு குழந்தை மாதிரியும் இருந்தது.

திண்ணையில் பொன்னுத்தம்பியின் அப்பா மோட்டு வளையைப் பார்த்துக்கொண்டு உட்கார்ந்திருந்தவர் மகனைப் பார்த்தார். எழுந்து நின்றார்.

அப்பாவுக்குக் கூன் போட்டிருந்தது. முதுமை காரணமாக வந்த கூன் அல்ல அது. அரை நூற்றாண்டுக்கும் மேலாக வெள்ளைக்காரர் வீட்டு பட்லர் முதல், வெள்ளை நிறத்தோரைக் காணும் தோறும் குனிந்து குனிந்து வணங்கியதால் ஏற்பட்ட வளைவு. வழக்கம்போல அவர் சொன்னார்.

"பத்ரம்பா, பத்திரம். துரைகளோடு வாழ்க்கை நடத்தறது பேயோட சம்சாரம் பண்ணற மாதிரி. எப்போ மரம் ஏறும் எப்போ இறங்கும்னே கண்டுபிடிக்க முடியாது. கும்பிட்டு வாழணும். கும்பிட்டவன் கூழ் குடிப்பான். வம்பிட்டவன் வைக்கோல் தின்பான்னு பெரியவங்க சொல்லுவாங்க."

வழக்கம்போல அந்த உபதேசங்களை இடக்காதில் வாங்கி வலக்காது வழியே வெளியேற்றி விட்டு வீதியில் இறங்கினான் பொன்னுத்தம்பி.

வழக்கமாகப் புஷ் வண்டியில்தான் தம்பி நீதிமன்றத்துக்குப் போவான். அன்று நடந்தே போவது என்று முடிவெடுத்தான். பொட்டு வாடமும், முந்திரி லாடமும் அடித்த சப்பாத்து 'நடநட' என்று சொல்லியது அவனிடம். தகரத்தில் சுத்தியலை அடித்த மாதிரி விநோத சப்தங்களை எழுப்பிக்கொண்டு ஒரு கறுப்புத் துரை வீதி வழி போவதைத் திண்ணையில் இருந்தவர்கள் பார்த்து, எழுந்து நின்றார்கள். நிற்பதன் மூலம், அந்த உத்தியோகஸ்தருக்குத் தம் மரியாதையைப் புலப்படுத்திக்கொண்டார்கள். தம்பியை அவர்கள் அறிவார்கள் என்று சொல்ல முடியாது. ஆனால் சப்பாத்து அணிந்திருக்கிறானே! ஆகவே பெரிய உத்யோகம் வகிப்பவனாகவே இருக்க வேண்டும். போகிறவருகிறவர்கள் நிமிர்ந்து நின்று கும்பிட்டார்கள். மிஷன் தெருவில் அடைத்துக்கொண்டு நெருக்கமாக நின்றிருக்கும் பூவரச

மரங்கள் வெயிலைத் தாங்கள் தாங்கித் தெருவுக்கு நிழலைத் தந்துகொண்டிருந்தன. பொன்னுத்தம்பி நிதானமாக நிமிர்ந்து நீதிமன்றத்துக்குள் நுழைந்தான்.

நீதிமன்றம் தொடங்கி விட்டிருந்தது. கனம் நீதிபதி ஏற்கனவே தம் ஆசனத்தில் அமர்ந்து விட்டிருந்தார். அரசு வழக்கறிஞரும் ஏனைய வழக்கறிஞர்களும் தத்தம் ஆசனத்தில் அமர்ந்திருந்தனர். யாருடைய வழக்கொன்றோ எடுத்துக் கொள்ளப்பட்டு நடைபெற்றுக்கொண்டிருந்தது.

நடுவானத்துக்குள் நின்றவானே பொன்னுத்தம்பி தலைகுனிந்து "வணக்கம், கனம் நீதிபதி அவர்களே" என்று பிரான்ஸ் மொழியில் பணிந்தான்.

கறுப்பாக ஒளிவீசும் அவன் சப்பாத்துகளை மேலிருந்து குனிந்து கவனித்தார் நீதிபதி. பொன்னுத்தம்பிக்கும் கொஞ்சம் சங்கடமாகவே இருந்தது.

வெள்ளைப் பளிங்குக் கல் மாதிரியான நிறம் நீதிபதிக்கு. இந்தியாவுக்கு வரும்போது மாசு மருவற்ற பளிங்குச் சிற்பம் மாதிரியே இருந்தார் அவர். இந்தியச் சூரியனின் உஷ்ணத்தைத் தாங்க மாட்டாது, முகப்பரு மாதிரி சிவப்புப் புள்ளிகள் அவர் முகத்தில் ஏற்பட்டு இருந்தன. நீலக் குண்டுகள் மாதிரி இருக்கும் அவர் கண்கள் முதல் தடவையாகச் சிவந்ததை முதல் முறையாகப் பார்த்தான் பொன்னுத்தம்பி.

"நீங்கள் காலில் அணிந்திருப்பது சப்பாத்துதானே?" என்றார் நீதிபதி. அவர் குரல் வழக்கத்துக்கு மாறாக உயர்ந்தும் கறுத்தும் இருந்தன.

பொன்னுத்தம்பி ஒருமுறை குனிந்து தன் சப்பாத்துகளைப் பார்த்தவாறே, "ஆம், கனம் நீதிபதி அவர்களே!" என்றான், நீதிபதிக்கு நிகரான பிரான்ஸ் மொழியில் அழகோடும், உச்சரிப்போடும்.

மறுப்புக்கு உரிய அடையாளமாக, நீதிபதியின் தலை அசைந்தது. "தங்கள் நடத்தைக்கு நான் வருந்துகிறேன் மிஸ்யோ (மிஸ்டர்) பொன்னுத்தம்பி பிள்ளை! என் மன்றத்துக்குள் தாங்கள் சப்பாத்து அணிந்து வருவதை நான் ஆட்சேபிக்கிறேன்."

பொன்னுத்தம்பி நீதிபதியின் கால்களைப் பார்த்தான். அவனது சப்பாத்துகளைப்போலவே அவரும் சப்பாத்து அணிந்திருந்தார். பிரான்ஸ் தேசத்துக்காரரும் அரசு தரப்பு வழக்கறிஞருமான அவன் சகாவும் அவனது போன்ற

சப்பாத்துகளையே அணிந்திருந்தார். தமிழ் வழக்கறிஞர்கள் இருவர் மட்டும் கோட்டும், பஞ்சக்கச்சமும் அணிந்து வெறும் காலுடனேயே இருந்தார்கள் என்பதையும் கவனித்தான்.

பொன்னுத்தம்பி நிமிர்ந்து நேராக நீதிபதியைப் பார்த்துச் சொன்னான். "கனம் நீதிபதி அவர்களே! என் நண்பரும், அரசு வழக்கறிஞருமான இவரும், மரியாதைக்குரிய தாங்களும் சப்பாத்து அணிந்து மன்றத்துக்குள் இருக்கும்போது, நான் மட்டும் அணியக்கூடாது என்று தாங்கள் சொல்லும் கட்டளையை என்னால் விளங்கிக் கொள்ள முடியவில்லை."

நீதிபதியின் வெண் பளிங்கு முகம் செங்கல்லாகச் சிவந்ததைத் தம்பி கண்டான். இகழ்ச்சி கலந்த சிரிப்பு ஒன்று அவரிடமிருந்து வெளிப்பட்டது.

"மிஸ்யோ பொன்னுத்தம்பி பிள்ளை! தாங்கள் இந்தியர், இந்தியப் பழக்க வழக்கங்களையே, தாங்கள் கடைப்பிடிக்க வேண்டும் என்று நாம் அபிப்பிராயப் படுகிறோம்."

நீதிபதியின் மனக்கருத்தை இப்போது பொன்னுத்தம்பியால் புரிந்து கொள்ள முடிந்தது. அவரைப் பார்த்து அவன் சொன்னான். "கனம் நீதிபதி அவர்களே, மரியாதைக்குரிய இந்த மன்றத்துக்குள் தாங்கள் பிரான்ஸ்காரராகவோ, நான் இந்தியனாகவோ பிரவேசிக்கவில்லை. நீதியைப் பரிபாலனம் செய்யவே வந்திருக்கிறோம். வழக்கறிஞர்கள் என்ன உடை உடுத்த வேண்டுமோ அந்த மரபுப்படி நான் உடுத்தியிருக்கிறேன். ஐரோப்பிய வழக்கறிஞர்கள் இன்ன விதமாயும் இந்திய வழக்கறிஞர்கள் இன்ன விதமாயும் உடுத்த வேண்டும் என்ற நீதியை நம் நீதிமன்றம் ஏற்படுத்தவில்லை. ஆகவே நான் எந்த விதமான உரிமையையும் மீறும் பிரச்சினை எழவில்லை. தாங்கள்தான் சப்பாத்து அணிந்து வருவதை மறுப்பதை என்னால் புரிந்து கொள்ள முடியவில்லை."

மாபெரும் பிரெஞ்சு ஏகாதிபத்தியத்தின் பிரதிநிதியான, வணக்கத்துக்குரிய ஒரு நீதிபதியைப் பார்த்து, அடிமை நாட்டைச் சேர்ந்த ஒரு சாதாரண மனிதர், முகத்துக்கு நேரே தன் எதிர்ப்பைப் புலப்படுத்திய வரலாற்றுச் சிறப்பு மிக்க சம்பவம் அப்போது நிகழ்ந்து முடிந்திருந்தது.

நீதிபதி எழுந்து நின்றார். சபையும் எழுந்து நின்றது.

"தாங்கள் வரம்புக்குப் மீறிப் பேசினீர்கள், எங்கள் காலனி நாட்டைச் சேர்ந்த ஒருவர் இப்படிப் பேசியது

தவறானது மட்டுமல்ல; மரியாதைக் குறைவானது. ஐரோப்பிய கனவான்களோடு தங்களை ஒப்பிட்டுப் பேசுவதை நான் அங்கீகரிக்க முடியாது. என் மன்றத்துக்குள் தாங்கள் சப்பாத்து அணிந்து வரக்கூடாது என உத்தரவிடுகிறேன். வருவீராயின், தங்கள் வழக்கறிஞர் உரிமைப் பறிக்கப்படும் என்பதை அறிவீராக. தாங்கள் வெளியேறலாம்" என்று கூறிவிட்டு நீதிபதி வேகமாகச் சென்று விட்டார். அவரைத் தொடர்ந்து அரசு வழக்கறிஞரும் சென்றார்.

பொன்னுத்தம்பியின் சகாவும் இந்திய வழக்கறிஞர்களுமான இருவர் மாத்திரம் அரங்கில் இருந்தார்கள். சுப்பிரமணிய ஐயர் அவன் கைகளைப் பற்றிக்கொண்டு சொன்னார். "பிள்ளைவாள் பெருமைக்குரிய காரியம் பண்ணி விட்டீர்கள். நாம் எந்த விதத்தில் தாழ்ந்து போய்விட்டோம்? அவர்களுக்கு நிகராக நாமும் படிக்கவில்லையா? நம் சட்ட ஞானத்தை வெளிப்படுத்த வில்லையா? இதை விட்டுவிடக்கூடாது பிள்ளை. கடைசி வரைக்கும் ஒரு கை பார்த்துவிடுவோம்!"

வீரபாகு, தம்பியைத் தழுவிக்கொண்டார். "மிஸ்யோ பிள்ளை! பிரெஞ்சிந்திய வரலாற்றில் புதிய அத்தியாத்தை இன்று நீங்கள் எழுதியிருக்கிறீர்கள். நிறத் திமிருக்கு எதிராக இன்று நீங்கள் வைத்த நெருப்பு ஒரு சின்னப் பொறி. இந்தப் பொறிதான் வளர்ந்து நாளைக்கு இந்தக் காட்டையே அழிக்கப் போகிறது? பாருங்கள்."

இருவரும் சென்ற பிறகும் பொன்னுத்தம்பி அங்கேயே நின்று கொண்டிருந்தான். அவமானப்படுத்தப்பட்ட உணர்வு, அவனை நகரவொட்டாமல் அடித்தது. பிடித்துக் கட்டி விட்டது போன்று இருந்தது. சிரமப்பட்டு வெளியே வந்தான்.

வெயில் தகித்தது. அருகே கடல் அலை புலம்பும் குரல் கேட்டது. வண்டிக்காரன் ஒருவன், "வர்றீங்களா எஜமான்?" என்று கேட்டான். எதையும் காதில் வாங்கும் நிலையில் அவன் இல்லை. கடற்கரையை ஒட்டி, கைகளைப் பின்னால் கட்டிக்கொண்டு மெல்ல நடந்து வீட்டை நோக்கி நடந்தான் தம்பி.

நிலவு உச்சிக்கு வந்துவிட்டிருந்தது. நட்சத்திரங்களே இல்லாத வானம். குழந்தைகளே இல்லாத பள்ளிக்கூடம். வீடுகள் இருட்டுப் போர்வைக்குள் முடங்கிக்கொண்டிருந்தன. இந்த வீடுகளுக்குத்தான் எத்தனை முகங்கள். பகலில் ஒரு முகம். இரவில் வேறொரு முகம். மனிதர்களைப்போலவே வீடுகளுக்கும் முகம் அமைந்துவிடும் போலும்.

மொட்டை மாடியில் உலவிக்கொண்டிருந்தான் தம்பி. தூக்கம் வரவில்லை. வருமா என்ன? நடுத்தெருவில் வேஷ்டி உரியப்பட்டதுபோல, கண்ணுக்குத் தெரியாத சக்தி பின்னால் இருந்து அறைந்ததுபோல இருந்தது.

மனிதர்கள்தான் எத்தனை எத்தனைப் பள்ளங்களாகப் பிளவுப் பட்டுப் போகிறார்கள். ஜாதி, மதம், தேசியம், நாடு, இனம், ஐரோப்பியன், இந்தியன், வெள்ளை, கறுப்பு உசத்தி, தாழ்த்தி— எத்தனையெத்தனை பள்ளங்கள். எத்தனை ஞானிகள், எத்தனை மகான்கள் தோன்றி எத்தனை பேசி, எழுதிப் போயிருக்கிறார்கள். எல்லாம் வெறும் புத்தகங்கள். எங்கோ ஒரு கூடு மறந்த பறவை 'கீச்' சென்றது. கீழே இறங்கி தன் அறைக்கு வந்தான் தம்பி.

பேப்பரை எடுத்து வைத்துக்கொண்டு கட்டைப் பேனாவில் மையைத் தொட்டுக்கொண்டு எழுதத் தொடங்கினான்.

பாரீஸ் நகரத்து உச்ச நீதிமன்ற நீதிபதிக்கு விலாசமிட்டு, அன்று மன்றத்துக்குள் நடந்த நிகழ்ச்சிகள் அனைத்தையும் கூடுதல் குறைவின்றி உண்மையை மாத்திரம் எழுதினான்.

'சுதந்தரம், சகோதரத்துவம், சகவாழ்வு என்கிற மனித குலத்தின் விடி மோட்சமாகிய தாரக மந்திரங்களை உலகுக்களித்த, கலாசாரப் பெருமைமிக்க ஒரு தேசத்தின் கற்றறிந்த நீதிபதி, ஒரு வழக்கறிஞருக்கு இந்த அநீதியைச் செய்தது முறையா? இதைத் தங்கள் நீதிமன்றம் அனுமதிக்கிறதா?

நீதி தேவதைக்கு முன்னால் வெள்ளை கறுப்பு என்கிற வித்தியாசங்கள்தான் உண்டா? தேசம் ஒவ்வொன்றுக்கும் ஒரு குணம் உண்டு. கலாசாரப் பூந்தொட்டியும், கலைகளின் விளை நிலமும் ஆன பிரான்ஸ் தேசத்தின் முகத்தில் நிறவெறிக் கறையைப் பூச ஒரு தனி மனிதரும், ஆணவத்தையே உரிமையாகக் கொண்டவரும் ஆன ஒரு நீதிபதிக்குத் தங்கள் நீதிமன்றம் அனுமதி அளித்திருக்கிறதா?

வணக்கத்துக்குரிய நீதிபதி அவர்களே! எனக்குப் பிரியமானதும், நீதிமன்றம் அனுமதித்ததுமான உடைகளையும், சப்பாத்தையும் அணிந்தே நான் நீதிமன்றம் செல்ல, தாங்கள் உத்தரவிட வேண்டும். புதுச்சேரி நீதிபதியின் தீர்ப்பையே தாங்களும் ஆதரிப்பீர் எனில் இந்த வழக்குறைஞர் வேலையை விடுவேனே அல்லாது, என் வழக்கத்தை நான் மாற்றிக் கொள்ள மாட்டேன். நீதி ஒருபோதும் சாகாது என்பதை நான் அறிவேன். சர்வ வல்லமை பொருந்திய இறைவனின் சந்நிதானத்தின்

முன் மனிதன் என்ற முறையில், சமத்துவத்தை மட்டுமே நான் கோருகிறேன்' என எழுதி முடித்தான். அடுத்த நாளே கடிதத்தைப் பாரீசிலிருக்கும் தன் நண்பரும், வழக்கறிஞரும், முற்போக்காளருமான மூல் கோதீனுக்கு அனுப்பி வைத்தான். நம்பிக்கையோடு அன்று இரவு உறங்கவும் செய்தான்.

அப்பா சொன்னார்.

"எனக்கு அப்பவே தெரியும். ராஜாவோடு சூதாட முடியுமாடா? முட்டாளே! அவன் நூறு கிராமம், ஆயிரம் பசுன்னு பந்தயம் வைப்பான். தலையிலே இருக்கிறதைக் கொத்தாகப் பிடுங்கி வச்சாக்கூட ஆயிரம் மயிறு தேறுமாடா உன் தலையில்?" என்றார்.

"ஆச்சு, தை பிறந்தா வருஷம் ஒன்றாகப் போகுது. இன்னும் ஒரு தகவலும் பாரீசு பட்டணத்திலிருந்து வந்த பாடில்லை. சும்மா வீட்டிலே உட்கார்ந்துகொண்டு மொட்டு மொட்டென்று தேவாங்கு மாதிரி உறங்கறதைக் காட்டிலும் ஒரு வெற்றிலைப் பாக்குக் கடை வச்சுக்கிட்டு உட்கார். காலட்சேபமும் நடக்கும். நாலு காசு கிடைக்கும்" என்றார்.

தம்பிக்கு அதுவே சரியென்று பட்டது. ஆனால், விதி வேறாக இருந்தது. பாரீஸ் உயர்நீதிமன்றம், புதுச்சேரி நீதிபதியின் தீர்ப்பை ரத்து செய்து, பொன்னுத்தம்பிப் பிள்ளை தன் விருப்பம்போல உடுத்திச் சப்பாத்து அணிந்து நீதிமன்றத்துக்கு வரலாம் என்று உத்தரவிட்டிருந்தது.

ஓராண்டுக்குப் பிறகு பொன்னுத்தம்பி, ஐரோப்பியர் போலவே உடுப்பும், சப்பாத்து அணிந்தும், நிமிர்ந்தும் நீதி மன்றத்துக்குள் நுழைந்தான். சுப்பிரமணிய ஐயரும், வீரபாகுவும் கண்ணீர் சுரக்கக் கட்டி அணைத்து வரவேற்றார்கள். நாடு ஷண்முக வேலாயுத முதலியார் போன்ற ஊர்ப் பிரமுகர்கள் தம்பிக்கு மாலை அணிவித்தார்கள்.

"பிள்ளை, பிரெஞ்சு ஆட்சியோடு போராட்டம் நடத்தி முதல் வெற்றி பெற்றிருக்கிறீர்கள். பிரான்சிலும் மக்களாட்சி ஏற்பட்டிருக்கிறது. நாம் விடுதலை பெற, ரொம்ப நாள் ஆகாது" என்று நெஞ்சம் விம்ம, ஷண்முக முதலியார் வாழ்த்தினார்.

நீதிபதியின் வளாகத்துக்குள் நுழைந்தான் பொன்னுத் தம்பி. நீதிபதி மாறிவிட்டிருந்தார். முந்தையவரினும் முதிய ஒருவர் நீதிபதி ஆசனத்தில் இருந்தார்.

பொன்னுத்தம்பி, "வணக்கம் கனம் நீதிபதி அவர்களே!" என்று தலை குனிந்து அவருக்கும் மன்றத்துக்கும் வணக்கம் செலுத்தினான்.

நீதிபதி அவனைப் பார்த்தார். அதே பளிங்குப் பொம்மை போன்ற செம்மை கலந்த வெள்ளை நிறம். அவரிடமிருந்து சினேகம் மிகுந்த புன்னகை வெளிப்பட்டது.

"மிஸ்யே, பொன்னுத்தம்பி பிள்ளை! நடந்த நிகழ்ச்சிகளையெல்லாம் நான் அறிவேன். ஒன்று மட்டும் உங்களுக்குச் சொல்ல ஆசைப்படுகிறேன் பிள்ளை! முந்தைய நீதிபதி தங்களைக் குறித்துச் சொன்ன கருத்து அவருடைய சொந்தக் கருத்தே தவிர, எங்கள் தேசத்தின் கருத்து என்று தவறாகக் கருதி விடாதீர்கள். சமத்துவத்திலும், சகோதரத்துவத்திலும் எனக்கு ஆழமான நம்பிக்கை உண்டு. மனிதர்களில் உசத்தி, தாழ்த்திச் சொல்வது இறைவனுக்கே விரோதமானது என்பது என் நம்பிக்கை. தோலின் நிறம்தான் நமக்கு வேறே தவிர, அடிப்படையில் நாமெல்லாம் மனிதர்கள்தானே! வாருங்கள். எல்லா மனிதர்களையும் நாம் நேசிப்போம். நமக்கு விதித்திருக்கிற நீதியைப் பரிபாலனம் செய்கிற கடமையை முழு சித்தத்தோடு நாம் செய்வோம். என் நீதிமன்றம் தங்களை வரவேற்கிறது" என்றவாறு நீதிபதி எழுந்து தன் கைகளை பொன்னுத்தம்பியிடம் நீட்டினார்.

பொன்னுத்தம்பி அந்த நேசக் கரத்தைப் பற்றிக்கொண்டான்.

1986

❖

மரி என்கிற ஆட்டுக்குட்டி

"தமிழ் சார்... அந்த அற்புத மரிக்கு டி.சி. கொடுத்து அனுப்பிடலாம்னு யோசிக்கிறேன்" என்றார் எச். எம்.

"அந்த அற்புத மரி?!" என்றேன் நான்.

"இந்த ஸ்கூல்ல தொள்ளாயிரத்துத் தொண்ணூற்றெட்டு அற்புத மரி இருக்காளா ஓய்? எந்த அற்புத மரிங்கறீர்? அதான் அந்தப் பத்தாம் வகுப்பு அற்புதமரிங்கானும்"

தினத்தாளை மடித்து வைத்து விட்டு, அந்த அற்புத மரியின் முகத்தை மனசுக்குக் கொண்டு வர முயற்சித்தேன். வந்துவிட்டாள். எப்போதும் சூயிங்கம் மெல்லுகிற, அப்படி மெல்லுவதின் மூலமாக இந்தப் பள்ளிக்கூடம், அதன் ஆசிரியர்கள், மாணவர்கள், மாணவிகளை, சட்டத் திட்டங்கள், ஒழுங்கு விதிகள் எல்லாவற்றையும் அலட்சியப்படுத்துகிற, 'நான் உங்களையெல்லாம் ஒரு பொருட்டாகவே நினைக்கிறதில்லை, நீங்களெல்லாம் எனக்குப் பூ.' என்கிற முகபாவமும், திமிர்த்தனமும் கொண்ட ஒரு சண்டைக்கார மாணவி என் நினைவுக்கு வந்தாள். எனக்கும் அவள் மாணவிதான்.

"என்னத்துக்கு சார் டி. சி.?"

"என்னத்துக்கா? நீர் இந்த உலகத்தில்தான் இருக்கிறீரா? அவள் உம்ம ஸ்டூடண்ட்தானேங்கானும்?"

"ஆமாம். அப்பப்போ இஷ்டப்பட்டால், ஏதோ எனக்குத் தயவு பண்ணுகிற மாதிரி கிளாசுக்கு வரும் போகும்."

“உம், நீரே சொல்கிறீர் பாரும்” என்று விட்டு, இரண்டாள் சேர்த்து தூக்க வேண்டிய வருகைப் பதிவு ரிஜிஸ்டரையும், இன்னும் இரண்டு மூன்று ஃபைலையும் தூக்கி என் முன் போட்டார்.

“பாரும்... நீரே பாரும்... போன ஆறு மாச காலத்திலே எண்ணிப் பன்னிரண்டே நாள்தான் ஸ்கூலுக்கு வந்திருக்கிறாள். வீட்டுக்கும் மாசம் ஒரு கடிதம் எழுதிப் போட்டுக்கொண்டுதான் இருக்கேன். ஒரு பூச்சி, புழு இப்படி எட்டிப் பார்த்து, அந்தக் கடுதாசி போட்ட கம்மனாட்டி யார்ன்னு கேட்டுச்சா? ஊகூம் சர்த்தாம் போடா நீயுமாச்சு, உன் கடுதாசியுமாச்சுன்னு இருக்கா அவள். சரி, ஏதாச்சும் மெடிக்கல் சர்டிபிகேட் கேட்டு வாங்கிச் சேர்த்துக்கலாம்னா, வந்தால்ல தேவலாம். நம்ம டி. இ. ஓ. மாதிரியில்லே ஸ்கூலுக்கு இஷ்டப்பட்டால் வருகிறாள். வந்தாலும் ஸ்டூடண்ட் மாதிரியா வர்றாள்? சே... சே... சே என் வாயாலே அதை எப்படிச் சொல்றது? ஒரு பிரெஞ்சு சைக்கிள்ளே, கன்னுக்குட்டி மேலே உட்கார்ந்து வர்ற மாதிரி பான்ட் போட்டுக்கொண்டு வர்றாள். பான்ட்டுங்காணும்... பான்ட்! என்ன மாதிரி பான்ட்டுங்கறீர்? அப்படியே ‘சிக்’குன்னு பிடிச்சிக்கிட்டு, போட்டோவுக்குச் சட்டம் போட்ட மாதிரி, அதது அப்படி அப்படித் தெரியற மாதிரி, திடீர்னு பின் பக்கத்துத் தையல் பட்பட்டுன்னு தெறிச்சுடுமோன்னு நமக்கெல்லாம் பீதியை ஏற்படுத்தற மாதிரி டிரெஸ் பண்ணிட்டு வர்றாள். சட்டை போடறாளே, மேலே என்னத்துக்குங்காணும் இரண்டு பட்டனை அவுத்து விட்டுட்டு வர்றது? அது மேலே சீயான் பாம்பு மாதிரி ஒரு செயின். காத்தாடி வால் மாதிரி அது அங்கிட்டும் இங்கிட்டும் வளைஞ்சு வளைஞ்சு ஆடறது. கூட இத்தினி பசங்க படிக்கிறாங்களேன்னு கொஞ்சமாச்சும்

உடம்பிலே வெக்கம் வேணாம்? இந்த இழவெடுத்த ஸ்கூல்லே ஒரு யூனிபார்ம், ஒரு ஒழுங்கு, ஒரு மண்ணாங்கட்டி, ஒரு தெருப்புழுதி ஒன்றும் கிடையாது. எனக்குத் தெரியுங்காணும்... நீர் அதையெல்லாம் ரசிச்சிருப்பீர்!”

“சார்...”

“ஓய் சும்மா இருங்காணும். நாப்பது வருஷம் இதுல குப்பை கொட்டியாச்சு. ஐ நோ ஹியூமன் சைக்காலஜி மிஸ்டர் டமிள்! தமிழ் சார், எனக்கு மனத்தத்துவம் தெரியும்பா, உமக்கு என்ன வயது?”

“இருபத்தொன்பது சார்!”

“என் சர்வீசே நாற்பது வருஷம்”

“பான்ட் சட்டை போடக்கூடாதுன்னு விதியொன்றும் நம்ம ஸ்கூல்லே இல்லியே சார்.”

“அதுக்காக, அவுத்துப் போட்டுட்டும் போகலாம்னு விதி இருக்கா என்ன? வயது பதினெட்டு ஆகுதுங்கானும் அவளுக்கு! கோட்டடிச்சுக் கோட்டடிச்சு இப்பத்தான் டென்த்துக்கு வந்திருக்கிறாள். எங்க காலத்திலே பதினெட்டு வயசுல இடுப்பிலே ஒண்ணு, தோள்லே ஒண்ணு இருக்கும். போதாக் குறைக்கு மாங்காயைக் கடிச்சிக்கிட்டு இருப்பாளுவ. போன வாட்டி, அதான் போன மாசத்தில, ஒரு நாள் போனாப் போவுதுன்னு நம்ம மேல இரக்கப்பட்டு ஸ்கூலுக்கு வந்தாளே அப்போ, அவள் ஒரு நாள்லே ஆறு மணி நேரத்துக்குள்ளாற — ஹார்ட்லி சிக்ஸ் அவர்ஸ் சார்— என்ன என்ன பண்ணி இருக்காள் தெரியுமா? யாரோ நாலு தடிக் கழுதைகளோடு — ப்ரண்ட்சாம் — நீங்கள்ளாம் ரொம்ப கௌரவமா சொல்லிப்பேளே பிரண்ட்ஸ் அப்படீன்னு — நாலு தடிக் கழுதைங்களோடு ஸ்கூல் வாசல்லே சைக்கிள் மேலே உட்கார்ந்துகொண்டு ஐஸ் க்ரீம் தின்னுட்டு சிரிச்சுப் பேசிட்டு இருந்திருக்கிறாள். நம்ப ஸ்கூல் வாசல்லே, நம்ம ஸ்டூடண்ட் இப்படி மிஸ்பிகேவ் பண்றாளேன்னு நம்ம சயன்ஸ் சார் அவகிட்டே போய், ‘இப்படியெல்லாம் பண்ணப்படாது அற்புத மரி, உள்ளே வா’ன்னு கூப்பிட்டிருக்கார். அவள் என்ன சொன்னாள் தெரியுமோ?”

“சொல்லுங்க சார்.”

“உங்களுக்கென்ன பொறாமையா இருக்கா சார்ன்னு கேட்டுட்டாள். அந்தப் பசங்க முன்னால் வச்சு மனுஷன் கண்ணாலே ஜலம் விட்டுவிட்டு என்கிட்டே சொல்லி அழுதார். இந்த ஸ்கூல் காம்பசுக்குள்ளே நடக்கிறதுக்குதான் நீங்க பொறுப்பு. வெளியிலே நடக்கிற விவகாரத்துக்கெல்லாம் நீங்க என்னைக் கட்டுப்படுத்த முடியாது சார்னு மூஞ்சியிலே அடிச்ச மாதிரி சொல்றாள். நான் கூப்பிட்டுக் கேக்கறச்சே! யாருகிட்டே? இந்த நரசிம்மன் கிட்டே.

எச். எம். முக்குச் சிவந்த மூக்கு விடைத்தது.

“இந்த அநியாயம் இத்தோடு போகலே, சாயங்காலம், பி. டி. மாஸ்டர்கிட்டே சண்டைப் போட்டுக்கொண்டாள். அவன் இப்படிப் பண்ணப் படாது, இப்படி வளையணும், இந்த மாதிரி கையை வச்சுக்கணும்னு அவளைத் தொட்டுச் சொல்லிக்

கொடுத்திருக்கான். தொட்டவன், எசகு பிசகா எங்கேயோ தொட்டான் போலிருக்கு. இவ என்ன கேட்டிருக்காள் தெரியுமா?"

"என்னைத் தொட்டுப் பேசாதீங்கன்னு சொல்லியிருப்பாள்"

"மனுஷ ஜாதின்னா அப்படித்தானே சொல்லியிருக்கணும். இவள் என்ன சொன்னாள் தெரியுமா?"

எச். எம் தலையைக் கையில் தாங்கிப் பிடித்துக்கொண்டார். அவர் முகம் வேர்த்து விட்டிருந்தது.

"சார், உங்க பொண்டாட்டியோட நீங்க படுக்கறது இல்லையான்னு கேட்டுட்டாள். பாவம்! நம்ம பி. டி. பத்மநாபன் லீவு போட்டுவிட்டுப் போய்விட்டான். முடியாதுப்பா முடியாது. நானும் நாலு பெத்தவன். இந்த ராட்சஸ ஜென்மங்களையெல்லாம் வச்சிக்கிட்டு இரத்தக் கொதிப்பை வாங்கிக்கிட்டு அல்லாட முடியாதுப்பா. அந்தக் கழுதையைத் தொலைச்சுத் தலைமுழுகிட வேண்டியதுதான்"

"இப்போ போய் டி. சி. கொடுத்து விட்டால், அவள் எஸ். எஸ். எல். சி எழுத முடியாமல் போயிடும் சார். அவள் வாழ்க்கை வீணாகப் போய்விடும்."

"அந்தக் கழுதைக்கே அதைப் பத்திக் கவலை இல்லை. உமக்கெதுக்கு?"

நமக்கெதுக்கு என்று என்னால் இருந்து விட முடியாது. அது என் சுபாவமுமில்லை. அத்தோடு, அந்த மரி என்கிற ஆட்டுக் குட்டி, ஒரு சின்னப் பெண். அப்படி என்ன பெரும் பாவங்களைப் பண்ணிவிட்டாள்? அப்படியேதான் பண்ணியிருக்கட்டுமே. அதற்காக அவளைக் கல்லெறிந்துக் கொல்ல, நாம் என்ன அப்பழுக்கற்ற யோக்கியரா?

நான் சுமதியிடம் சொன்னேன். எச். எம். மாதிரிதான் அவளும் சொன்னாள்.

"உங்களுக்கெதுக்கு இந்த வம்பெல்லாம்? நீங்க சொல்றதைப் பார்த்தால், அது ரொம்ப ராங்கி டைப் மாதிரி தெரியுது. உங்களையும் தூக்கி எறிஞ்சு ஏதாச்சும் பேசிட்டால்?" என்றாள்.

அவளைச் சம்மதிக்க வைத்து, அவளையும் அழைத்துக்கொண்டு மரி வீட்டுக்கு ஒரு நாள் சாயங்காலம் போனேன்.

என் வீட்டுக்கு ரொம்ப தூரத்தில் இல்லை அவள் வீடு. ரயில் நிலையத்துக்கு எதிரே இருந்த வரிசை வீடுகளில், திண்ணை வைத்து, முன் பகுதி ஓடு போட்டு, பின் பகுதி ஒட்டிய பழங்காலத்து வீடு அவளுடையது. விளக்கு வைத்த நேரம். திண்ணை புழுதி படிந்து, பெருக்கி வாரப்படாமல் கிடந்தது. உள்ளே விலை மதிப்புள்ள நாற்காலிகள், சோபாக்கள் இருந்தன. ஆனாலும் எந்த ஒழுங்கும் இன்றிக் கல்யாண வீடு மாதிரி இரைந்து கிடைந்தன.

"மரி" என்று நான் குரல் கொடுத்தேன். மூன்று முறை அழைத்த பிறகுதான். "யாரு?" என்று ஒரு குரல் உள்ளிருந்து வந்தது. கலைந்த தலையும், தூங்கி எழுந்த உடைச் சுருக்கங்களோடும், சட்டையும் கைலியுமாக வெளிப்பட்டாள் மரி.

என்னைப் பார்த்ததில் ஓர் ஆச்சரியம். வெளிப்படையாக அவள் முகத்தில் தோன்றியது. என் மனைவியைப் பார்த்ததில் அவளுக்கு இரட்டை ஆச்சரியம் இருக்க வேண்டும்.

"வாங்க சார்... வாங்க உட்காருங்க" என்று எங்கள் இருவரையும் பொதுவாக வரவேற்று விட்டு நாற்காலிகளை ஒழுங்கு படுத்தினாள். சோபாவில் நானும் சுமதியும் அமர்ந்தோம். எதிரே இருந்த ஒரு நாற்காலியில் அவள் அமரச் சொன்னதும் அமர்ந்தாள்.

"தூக்கத்தைக் கலைச்சுட்டேனாம்மா?" என்றேன்.

"பரவாயில்லே சார்": என்று வெட்கத்தோடு தலையைக் கவிழ்த்துக்கொண்டாள். முகத்தில் விழுந்த முடியை மேலே தள்ளி விட்டுக்கொண்டாள்.

"நீங்க எப்படி இங்கே...?"

"சும்மாத்தான். பீச்சுக்குப் போய்க்கிட்டு இருந்தோம். வழியிலேதான் உங்க வீடு. பார்த்து ரொம்ப நாளாச்சேன்னு நுழைஞ்சிட்டோம். அழையாத விருந்தாளி. உடம்பு சரியில்லையா?"

"தைலம் வாசனை வருதா சார்? லேசாத் தலைவலி. ஏதாச்சும் சாப்பிடறீங்களா சார்?"

"எல்லாம் ஆச்சு, வீட்டிலே யாரும் இல்லையா?"

"வீடா சார் இது? வீடுன்னா அப்பா, அம்மா இருக்கணும். அப்பா எப்பவோ போயிட்டாரு. போயிட்டாருன்னா செத்துப்

போயிடலே. எங்களை விட்டு விட்டுப் போயிட்டாரு. அம்மா என்னைச் சுத்தமா விட்டு விடலை. அப்பப்போ நாங்க சந்திக்கிறோம். சமயங்களிலே இரண்டு நாளுக்கு ஒருமுறை. நாங்க பார்த்துக்கொண்டால் அது அதிகம்."

"அவுங்க போக்கு அப்படி. அதனால்தான் இது வீடான்னேன். எனக்கு ஏதோ லாட்ஜிலே தங்கற மாதிரி தோணுது."

எனக்குச் சங்கடமாய் இருந்தது. இரவுகளில் நசுங்கிய அலுமினியப் பாத்திரத்தை எடுத்துக்கொண்டு பிச்சைக்கு வருகிற குழந்தையைப் பார்ப்பதுபோல இருந்தது.

"சாப்பாடெல்லாம் எப்படியம்மா?"

"பெரும்பாலும் பசி எடுக்கறப்போ, எங்க தோணுதோ அங்கே சாப்பிடுவேன். ஓட்டல்லேதான். அம்மா வீட்டிலே தங்கியிருந்தா ஏதாவது செய்வாங்க. அம்மா சமையலைக் காட்டிலும் ஓட்டலே தேவலை. நல்லாயிருக்காதுன்னு சொல்லலை. அம்மான்னு நினைச்சு சாப்பிட முடியலே. பொண்ணுன்னு நினைச்சு அவங்களும் பண்ணலை"

சுமதி என்னை முந்திக்கொண்டு கேட்டாள்.

"உன் அம்மாதானே அவங்க?"

"ஆமாங்க. இப்போ வேறு ஒருத்தரோட அவங்க இருக்காங்க. அவரை எனக்குப் பிடிக்கலை. என்னையும் அவருக்குப் பிடிக்கலை. சரி அவங்க வாழ்க்கையை அவங்க வாழறாங்க. என் வாழ்க்கையை, நான் வாழ்ந்துகொண்டு தீர்க்கிறேன்."

ஓர் இறுக்கமான மௌனம் எங்கள் மேல் கவிந்தது. நான், சாவி கொடுக்காமல் எப்போதோ நின்று போயிருந்த கடிகாரத்தைப் பார்த்துக்கொண்டிருந்தேன்.

"மரி, ஸ்கூலுக்கு வந்தால் ஒரு மாறுதலா இருக்குமில்லே?"

"நான் யாருக்காக சார் படிக்கணும்?"

"உனக்காக."

"ப்ச்!" என்றாள் அவள். இதற்கு மேல் எதுவும் பேசக்கூடாது என்று எனக்குத் தோன்றியது.

"பீச்சுக்கு போகலாம் வாயேன்."

"வரட்டுமா சார்?" என்று ஆச்சரியத்துடன் கேட்டாள்.

"வா."

"இதோ வந்துவிட்டேன் சார்" என்று துள்ளிக்கொண்டு, எழுந்தாள். உள்ளே ஓடினாள்.

நான் சுமதியைப் பார்த்தேன்.

"பாவங்க" என்றாள் சுமதி.

"யாருதான் பாவம் இல்லே? இந்தப் பெண்ணை விட்டுவிட்டு எங்கேயோ இருக்கிற அந்த அம்மா பாவம் இல்லையா? இத்தோட அப்பா, பாவம் இல்லையா? எல்லோருமே ஒரு விதத்திலே பாவம்தான்" என்றேன் நான்.

அப்போதுதான் பூத்த ஒரு பூ மாதிரி, மழையில் நனைந்த சாலை ஓரத்து மரம் மாதிரி, ஓடைக் கூழாங்கல் மாதிரி, வெளிப் பட்டாள் மரி. பேன்ட்தான் போட்டிருந்தாள். சட்டையை டக் பண்ணியிருந்தாள். அழகாகவே இருந்தது. அந்த உடை. உடம்புக்குச் சௌகரியமானதும், பொருத்தமானதும் தானே உடை.

"ஸ்மார்ட்!" என்றேன்.

"தேங்க்யூ சார்" என்றாள், பரவசமான சிரிப்பில்.

நான் நடுவிலும், இரண்டு புறம் இருவருமாக, நாங்கள் நடந்தே கொஞ்ச தூரத்தில் இருந்த கடற்கரையை அடைந்தோம்.

கடற்கரை சந்தோஷமாக இருந்தது. ஓடிப் பிடித்து கல் குதிரைகளின் மேல் உட்கார்ந்து விளையாடும் குழந்தைகள். குழந்தைகள் விளையாட்டைப் பார்த்து ரசிக்கும் பெற்றோர்கள். உலகத்துக்கு ஜீவன் சேர்க்கும் யுவர்களும், யுவதிகளும் கடலைகள், கடல் மணலில் சுகமாக வறுப்பட்டன.

குழந்தைகள் வாழ்வில் புதிய வர்ணங்களைச் சேர்த்துப் பலூன்கள் பறந்தன. ஸ்டூல் போட்டுப் பட்டாணி சுண்டல் விற்கும் ஐயரிடம் வாங்கிச் சாப்பிட்டோம்.

"கார வடை வாங்கிக் கொடுங்க சார்" என்றாள் மரி. கொடுத்தேன். தின்றாள்.

"மத்தியானம் சாப்பிடல்லே சார். சோம்பேறித்தனமாக இருந்துச்சு, தூங்கிட்டேன்."

"ராத்திரி எங்களோடுதான் நீ சாப்பிடறே" என்றாள் சுமதி.

“இருக்கட்டுங்கக்கா.”

“என்ன இருக்கட்டும், நீ வர்றே.”

வரும்போது சுமதியின் விரல்களில் தன் விரல்களைக் கோத்துக்கொண்டு, சற்றுப் பின் தங்கி மரி பேசிக்கொண்டு வந்தாள். நான் சற்று முன் நடந்தேன்.

சாம்பாரும் கத்தரிக்காய்க் கறியும்தான். மத்தியானம் வறுத்த நெத்திலிக் கருவாடு இருந்தது.

“தூள்க்கா... தூள்! இந்தச் சாம்பாரும் நெத்திலிக் கருவாடும் பயங்கரமான காம்பினேஷங்க்கா” என்றாள் மரி.

மரி இப்போதெல்லாம் காலையும் மாலையும் தவறாமல் எங்கள் வீட்டுக்கு வந்து போய்க்கொண்டிருந்தாள். காலை இட்டிலி எங்கள் வீட்டில்தான். வருஷம் 365 நாட்களும் எங்கள் வீட்டில் இட்டிலி அல்லது தோசைதான். “ஆட்டுக் கல்லை ஒளித்து வைத்து விட்டால், சுமதிக்கு ஹார்ட் அட்டாக்கே வந்துவிடும் மரி” என்பேன். மரி விழுந்து புரண்டு சிரிப்பாள். சாயங்காலங்களில் எங்கள் வீட்டில்தான் அவள் வாழக்கை கழிந்தது. பேன்ட் போட்ட அந்தப் பெண், சிரமப்பட்டுச் சம்மணம் போட்டு உட்கார்ந்து சுமதிக்கு வெங்காயம் நறுக்கித் தருவதைப் பார்க்க வேடிக்கையாக இருக்கும்.

“ஏம்மா, சைக்கிள்ளே ஊரைச் சுற்றுகிற பெண், நீ இங்கே இவளுக்கு வெங்காயம் நறுக்கித் தார்றியே?” என்றேன்.

“இதுதான் சார் த்ரில்லிங்கா இருக்கு. கண்ணிலே நீர் சுரக்கச் சுரக்க வெங்காயம் நறுக்குவது பயங்கரமான எக்ஸ்பீரியன்ஸ்” என்பாள். ஐயோ இந்தப் பயங்கரமே!

“சார், ஒண்ணு சொல்லட்டுமா.?”

“ஊகூம் ரெண்டு மூணு சொல்லு.”

“சீரியஸாகக் கேட்கிறேன் சார். நான் இங்கே வந்து போறதிலே உங்களுக்குத் தொந்தரவு இல்லையே சார்?”

“சத்தியமாகக் கிடையாது.”

கொஞ்ச நேரம் அமைதியாக இருந்துவிட்டு அவள் சொன்னாள்.

“ஓகே சார்... கெட்டுப் போனவள்னு எல்லோரும் சொல்கிற என்னை எதுக்கு உங்க வீட்டிலே சேர்த்து, சோறும் போடறீங்க?”

சிரிப்புத்தான் வந்தது.

“பைத்தியமே! உலகத்திலே யார்தான் கெட்டுப் போனவங்க? யாராலுமே கெட முடியாது தெரியுமா? மனசுக்குள்ளே நீ கெட்டுப் போனவள்னு நினைக்கிறியாக்கும். அதை விட்டுடு. நீயும் கெட்டவள் இல்லை. உங்க அம்மாவும், அப்பாவும் யாருமே கெட்டவங்க இல்லே.”

அவள் சொன்னாள் “எங்க அம்மாவைப் பழி தீர்க்கணும்னுதான் அப்படியெல்லாம் நடந்துக்கறேன் சார்.”

“எனக்குத் தெரியும்” என்றேன்.

பத்து நாள் இருக்குமோ? இருக்கும் ஒரு நாள் மரி என்னிடம் கேட்டாள்.

“சார்... ஏன் நான் ஸ்கூலுக்கு வர்றதே இல்லைன்னு நீங்க கேட்கவில்லை?”

நான் அவள் முகத்தைப் பார்த்தேன். இரண்டு மணிகள் உருண்டு விழத் தயாராய் இருந்தன அவள் கண்களில்.

“என்னை நீங்க கேட்டிருக்கணும் சார். ஏன்டி ஸ்கூலுக்கு வரலைன்னு என்னை அறைஞ்சு கேட்கணும் சார். அப்படி யாரும் என்னைக் கேட்க இல்லேங்கறதுனாலதானே நான் இப்டி விட்டேத்தியா இருக்கேன்? என் மேல் இப்படி யாரும் அன்பு செலுத்தினது இல்லே சார். அன்பு செலுத்தறவங்களுக்குத்தானே அதட்டிக் கேக்கவும் அதிகாரம் இருக்கு?”

“உனக்கே அது தோணணும்னுதானே நான் காத்திருந்தேன். அதனாலே என்ன? ஒன்றும் முழுகிப் போய்விடவில்லை. இன்னைக்குப் புதுசா ஆரம்பிப்போம். இன்னைக்குத்தான் டென்த் கிளாஸ்லே நீ சேர்ந்தேன்னு வச்சுக்கோ. நாளையிலேந்து நாம் ஸ்கூலுக்குப் போறோம்” என்றேன்.

மரி, முகத்தை மூடிக்கொண்டு விசும்பி விசும்பி அழுதாள்.

1986

❖

ஒரு நெகடிவ் அப்ரோச்

"அவுட்டோர் போகலாம் வருகிறீர்களா?" என்றார் நண்பர். ஒரு வேலையும் இல்லாமல், சும்மா பேசிப் பொழுதைக் கழிப்பதைக் காட்டிலும் வெளியே போவது உத்தமம் என்று நினைத்து,

"எந்த ஊருக்கு?" என்றேன்.

"வில்லியனூருக்குப் பக்கத்தில். இங்கு நம்ப வட்டச் செயலாளனாய் இருக்கிறானே பட்டாபிராமன், அவனோட அப்பா செத்துட்டார். படம் எடுத்துக்கிட்டு, கோயிலையும் பார்த்துட்டு வரலாம்" என்றார் நண்பர்.

வில்லியனூர் கோயில் விசேஷமானது. அதைக் காட்டிலும் கோயில் குளம் விசேஷமானது. பாசி படர்ந்த குளம் சில்லென்று வீசும் குளக்கரை காற்று. மனசு கட்டுகளை அறுத்துக் கொள்ளும். மேயும்.

போட்டோகிராபியைப் பத்தி ஓர் அட்சரம்கூடத் தெரியாத நானும், ஏதோ ஒரு பெரிய ஆள்போலக் கேமராவைக் கழுத்தில் மாட்டிக்கொண்டு அவரோடு கிளம்பினேன்.

வில்லியனூர் பஸ்ஸைப் பிடித்து, கிராமாந்தர ஜனங்களோடும், வியர்வை, அழுக்கு, விளக்கெண்ணெய், கருவாடு, குழந்தைகள், வெற்றிலை வாசனைகளோடு பிரயாணம் பண்ணி, தேர் முட்டி வந்து இறங்கினோம்.

எங்களுக்கு வழிகாட்ட என்றும், எங்கள் சௌகர்யத்துக்கு என்றும் ஓர் ஆள், மாட்டு வண்டியோடு வந்து இருந்தான்.

மாட்டு வண்டிப் பிரயாணம் ஒரு தனி சுகம் போங்கள். காலத்தின் கழுத்தில் கயிறு போட்டு, அதை ஸ்தம்பிக்க வைக்கும் இந்த மாடுகளும், இரண்டு பக்கமும் வளர்ந்து ஓசியும் நாற்றுகளும், எங்கோ கத்திக்கொண்டிருக்கும் பெயர் தெரியாத குருவியும்...

பார்த்த மாத்திரத்திலேயே தெரிந்து கொள்ளத் தக்கனவாய் விளங்கும் எழவு வீடுகள், புராணக்காலத்து வாத்தியங்களாய், விநோதமான இசை எழுப்பிக்கொண்டிருந்தார்கள் நால்வர். நான்கு பேர்களுமே சுயப்பிரக்ஞை இன்றி போதையில் இருந்தார்கள். இருந்தும் தாளமே இல்லாத தாளம் ஒன்றை அவர்கள் தக்க வைத்துக்கொண்டிருந்தார்கள்.

இரு சாரியிலும் இருக்கும் குடிசை வீடுகளுக்குச் சற்றும் ஒவ்வாத வகையில், வெளுத்த சட்டை வேஷ்டிகளோடும், துண்டுகளோடும் பிரமுகர்கள் எனப்பட்டவர்கள் ஆங்காங்கே கும்பல் கும்பலாக நின்றிருந்தார்கள். இவர்கள் எல்லாம், செத்தவரின் மகனை, அவருடைய கௌரவத்தை மேம்படுத்தவே அங்கு வந்தவர்கள்போல் இருந்தார்கள்.

விட்டுவிட்டு அழுகுரல்கள் எழுந்தன. மூன்று நிமிஷம் அழுது பிறகு ஐந்து நிமிஷங்கள் பேசி ஓய்வெடுத்துக்கொண்டு, தங்களைத் தாங்களே உற்சாக மூட்டிக்கொண்டு இந்த மாறுபட்ட சூழலை ரசித்தவர்களாய் மிக சுவாரஸ்யமான கதியில் அழுதுகொண்டிருந்தார்கள் பெண்கள். சில குழந்தைகள், வீட்டில் அற்புத நிகழ்ச்சி நடப்பதுபோலப் பாவித்துக்கொண்டு உள்ளுக்கும் வெளிக்குமாக ஓடியும் விழுந்தும், எழுந்துகொண்டும் இருந்தார்கள்.

அந்நிய நாட்டுத் தூதுவரைத் தன் தர்பாரில் வரவேற்கும் ராஜாவைப்போல, பட்டாபி எங்களை மிக கௌரவமாக வரவேற்றார்.

ஒரு நீள பெஞ்சில் உட்கார்ந்துகொண்டிருந்த ஊர்ப் பெரியவர்கள் எனப்பட்டவர்கள் எழுந்து எங்களை உட்காரச் சொன்னார்கள். பட்டாபி ஓர் ஆளை ஏவி, இரண்டு நாற்காலிகளை, பக்கத்து ஆரம்பப் பள்ளிக்கூடத்தில் இருந்து எடுத்து வரச் சொல்லி, அதில் உட்காரச் சொன்னார்.

துரதிருஷ்டவசமாக எனக்குக் கிடைத்தது காலுடைந்த ஒரு நாற்காலி. என் கவனம் முழுமையையும் அதன் உடைந்த காலிலேயே செலுத்த வேண்டி வந்ததால், நான் தவித்துப் போனேன்.

சுவரில் தொங்கிக்கொண்டிருந்த தலைவர்கள் எல்லாம் என்னைப் பார்த்துச் சிரிப்பது எனக்குப் புரிகிறது.

டீ வந்தது. மனிதர்கள் டீ என்கிற ஒரு பானத்தை எவ்வாறு எல்லாம் தயாரிக்கக் கற்றுக்கொண்டார்கள் என்று வியந்துகொண்டே குடித்து வைத்தோம்.

பிறகு போட்டோ எடுக்கும் சடங்குகள் தொடங்கின.

செத்தவர், செத்தவர் போலவே காட்சியளித்தார். வெளுத்த சட்டையும், வேஷ்டியுமாய் அவரை அலங்கரித்தார்கள். நீட்டிப் படுத்திருந்த அவரை சாய்த்து உட்கார்ந்துகொண்டிருப்பவராய் செய்து, தலைப்பாகை என்கிற முண்டாசுக் கட்டினார்கள்.

இது போன்ற காரியங்களைச் செய்வதற்கு என்றே ஊரில் ஒன்றிரண்டு பேர் இருப்பார்கள். இவர்கள் காரியம் செய்வதாகப் பேர். ஆனால் இவர்கள் சப்தம் மட்டுமே போடுவார்கள். மற்றவர்கள் குறிப்பாகப் பெண்களே இந்தக் காரியங்களில் ஈடுபட்டு இருந்தார்கள்.

எழவுக்கு வந்த பெண்கள் பலரும் செத்தவரைச் சுற்றி நின்றுகொண்டு, அவருக்குப் பட்டாபிஷேகம் நடப்பதைப்போல வேடிக்கை பார்த்துக் கொண்டிருந்தார்கள்.

ஒரு பெரிய மாலையை அவர் கழுத்தில் மாட்டி முடித்ததும், “இப்போ போட்டோ எடுக்கலாம்” என்றார்கள். பிறகு நினைத்துக்கொண்டு, செத்தவருக்கு நாமம் போட்டார்கள். இதில் விசேஷ அக்கறை எடுத்துக்கொண்டு ஒருவர் அரை மணி நேரம் இதைச் செய்தார்.

பிறகு நண்பர் படம் எடுத்தார். நான் “நகருங்கப்பா... நகருங்கம்மா... போட்டோவை மறைக்காதீங்க” என்றெல்லாம் டைரக்ட் செய்தேன்.

எங்கள் வருகையும், படப்பிடிப்பும் செத்தவருக்கும் செத்தவரின் மகன் பட்டாபிக்கும்... ஒரு விசேஷ கௌரவத்தையே ஏற்படுத்தி விட்டதாக அவர் — பட்டாபி — வண்டியில் ஏற்றிவிடும்போது கூறினார்.

வில்லியனூர் கோயிலில், கோகிலாம்பாளையும், அவள் கணவரையும் தரிசித்து விட்டுக் குளக்கரையில் பொழுது போக்கினோம். குளம், ஆறு போன்ற நீர் நிலைகளைப் பார்த்து விட்டால் நண்பருக்கு ஒரு மாதிரியான வயிற்று உபாதை ஏற்படும். கோயில் நந்தவனத்திற்குப் பக்கத்திலேயே மறைவாகச் சென்று விட்டு, சூழலில் இருந்த புனிதத்தையே மாசு படுத்தி

வந்தார். பல்வேறு விஷயங்களையும் பற்றி சுகமான லயிப்போடு பேசிக்கொண்டிருந்து விட்டு ஊர் திரும்பினோம்.

ஸ்டூடியோவில் உடனே டெவலப் பண்ணலாம் என்று இருட்டு அறைக்குள் சென்று கதவைச் சாத்திக்கொண்டார் நண்பர். நான் சிகரெட்டை பற்ற வைத்து ரெண்டு இழுப்பு இழுத்திருக்க மாட்டேன். அலறிக்கொண்டு ஓடி வந்தார்.

"என்ன..."

"பிலிம் எக்ஸ்போஸ் ஆயிடுச்சி"

"ஆ...!"

"சுத்தமா விழல்லே"

"சுத்தமாவா?"

"கொஞ்சம்கூட விழல்லே!"

"எத்தனை டேக்"

"ஒண்ணே ஒண்ணுதான்"

"ஐயய்யோ...! ஏன் இப்படி பண்ணீங்க...? எப்பவுமே செத்துப் போனவங்களை ரெண்டு, மூணு தடவை எடுப்பீங்களே!"

"என்னமோ கெட்ட நேரம்..."

செத்து போனவருக்கா அல்லது அவருக்கா என்பது தெரியவில்லை.

"என்ன பண்ணப் போறீங்க...?"

"என்ன பண்றது? சமாளிக்க வேண்டியதுதான்..."

ஏற்கெனவே செத்துப் போனவர்களின் நெகடிவ்களை எல்லாம் எடுத்து ஆராய்ந்தார்.

பட்டாபியின் தகப்பனாரைப்போல உருவம் பொருந்தியவர் என்று ரெண்டே ரெண்டுதான் கிடைத்தது. வயசானவர்கள் எல்லாம் ஒரே மாதிரி உருவம் கொண்டவர்களாய் இருந்திருந்தால், என்ன சௌகரியமாய் இருந்திருக்கும். கிடைத்த ரெண்டிலும், ஒருவர் நீட்டிப் படுத்திருந்தார். ஒருவரே சாய்ந்துகொண்டு இருப்பதாகத் தோற்றமளித்தார். துரதிருஷ்டம் என்னவென்றால், பட்டாபியின் தகப்பனாருக்கு தாடி இருந்தது. ஒரு வார தாடி. நெகடிவ்காரருக்கு சுத்த ஷவரம். அதோடு இவருக்குத் தலைப்பாகை, நாமம், மாலை எதுவும் இல்லை.

அடுத்த நாள் ஒரு ஓவியனை அழைத்து வந்தார். இவன் மகா கலைஞனாகத் தன்னை நினைத்து இருப்பவன். எனவே மகா ஓவியன். கலைஞர்கள் தொழில் செய்து பிழைப்பதாவது? நேர்ந்துகொண்ட தொழிலைச் செய்யாமல் இருப்பதே ஒரு கலைஞனின் மேதைத்தனம் என்று நினைப்பான்.

இவனைச் சாராயக்கடை ஒன்றில் சந்தித்து, கேட்டதை எல்லாம் வாங்கிக் கொடுத்து ஸ்டூடியோவுக்குக் கூட்டி வந்தார்.

கலைஞன் தலை குப்புற கவிழ்ந்துகொண்டு முழு போதையில் உட்கார்ந்திருந்தான். அவன் தலையை நிமிர்த்தி நிமிர்த்தி செய்ய வேண்டியதை விளக்கிச் சொன்னார்.

ஒரு வழியாகச் செத்துப் போனவருக்குத் தாடி முளைத்தது. அவரே முண்டாசு கட்டிக்கொண்டார். தனக்குத் தானே நாமம் இட்டுக்கொண்டார். ஒரு மாதிரியாக எங்களை எல்லாம் பயமுறுத்திக்கொண்டிருந்தார்.

பட்டாபி வரும் நாளை மிக ஆவலுடனும், பயத்தோடு எதிர்பார்த்துக்கொண்டிருந்தோம்.

அந்த நாளும் வந்தது. அவரும் வந்தார். தந்தையின் படத்தை மகன் பார்த்தார். சில நிமிஷங்கள் வரை கூர்மையாகப் பார்த்தார்.

"தள்ளி வச்சுப் பார்க்கணும்பா"

பட்டாபி போட்டோவை தள்ளி வைத்துக்கொண்டு பார்த்தார். மேசை மேல் வைத்து விட்டு எட்ட நின்று பார்த்தார். கடைசியாக.

"என்ன அண்ணே... அப்பாவோட முகம் மாதிரியே இல்லியே" என்றார்.

"கரெக்ட், எப்படி இருக்கும்...? செத்துப் போன பின்னாலே முகம் மாறிடும்பா. உயிர் போயிடுச்சு எனகிறோமே... அப்படின்னா என்ன? முகம் மாறிச்சுன்னு அர்த்தம்? நாம்ப எல்லாம் வெறுங் கண்ணால பார்க்கிறோம்...! கேமரா கண்ணோட பார்க்கணும்பா, அப்பத்தான் தெரியும். உயிர் போன பின்னால நம்ம முகமெல்லாம் எப்பிடி மாறிப் போயிடுதுன்னு. கேவலம் மனுஷன் பொய் சொல்லுவான்... மூவாயிரம் ரூபா கேமரா பொய் சொல்லுமா!"

"சொல்லாது அண்ணே!"

"அதான் கேட்டேன். நீ கையில் வச்சு இருக்கிறது வெறும் புரூப் தானே... பெரிசா போட்டுட்டா எல்லாம் சரியாப் போயிடும்... கலராவே பண்ணிடறேன்... என்ன சரிதானே"

"செய்யுங்க, உங்களுக்குத் தெரியாததை நான் என்ன புதுசா சொல்லிடப் போறேன்...!"

குறித்த காலத்தில் அவர் வந்தார். சின்ன போட்டோவில் இருந்த செத்துப் போனவர் விஸ்வரூபம் எடுத்து நின்றதைப் பார்த்தார். நான் அவர் முகத்தையே பார்த்துக்கொண்டிருந்தேன்.

"இது என் அப்பா இல்லேடா...!" என்று கத்தப் போகிறார் என்று எதிர்பார்த்தேன். அவர் கத்தவில்லை. மௌன்ட்டை பாக்செய்துகொண்டு அரை மணி நேரம் வரைக்கும் அரசியல் பேசிக்கொண்டிருந்தார்.

பட்டாபி பரம சந்தோஷத்துடன் போட்டோவை வாங்கிக்கொண்டு நடக்க ஆரம்பித்தார்.

"டிபன் சாப்பிடலாம் வாங்க" என்றார் நண்பர். ஓட்டலுக்குப் போனோம்.

மசால் தோசை சாப்பிட்டோம். காபி சாப்பிட்டோம். வெளியில் பெட்டிக்கடை ஓரம் நின்று சிகரெட் பற்ற வைத்துக்கொண்டு நண்பர் சொன்னார். "பிரபஞ்சன், உருவம் எதுவானால்தான் என்ன? பழைய அப்பாவா இருந்தால் என்ன? நாம் உருவாக்கின அப்பாவா இருந்தால் என்ன? பட்டாபி கண்களை மூடிக்கொண்டு அப்பாவை நினைத்துக் கொள்ளும்போது அவர் மனசுக்குள் தோன்றப் போவது அவரோட அப்பா தானே. வேதத்தில்கூட சொல்லி இருக்காமே. கோயில், விக்ரகம் எல்லாம் பாமரர்களுக்குத்தான்; படித்தவர்க்கு இல்லேன்னு, உங்களுக்குத் தெரிஞ்சு இருக்குமே" என்றார்.

திடீரென்று பெட்டிக்கடை மரமாகி விட்டது. கார் ஹாரன் குயிலோசையாகி விட்டது. ரேடியோவின் டப்பா சங்கீதம் வேத கோஷமாகி விட்டது. போட்டோக்காரர், ரதத்தில் உட்கார்ந்துகொண்டு உபதேசம் செய்துகொண்டிருந்தார்.

1990

❖

குமாரசாமியின் பகல் பொழுது

குமாரசாமி அலுவலகத்தை விட்டு வெளியே வந்து தெருவில் நின்றார். அவர் ஆச்சரியப்பட்டுப் போகும் படியாக இருந்தது அந்தப் பகல் பதினொரு மணிப் பொழுது! தெருவில் அரக்கப் பரக்க அடித்துக்கொண்டு ஓடும் மனிதர்களைக் காணோம். எல்லோரும் அலுவலகக் கூண்டுக்குள் போய் முடங்கிக்கொண்டார்கள் போலும். அதிர்ஷ்டவசமாக வானம் மந்தாரமிட்டுக் கிடந்தது. மாலை நேரங்களிலும் அதிகாலை நேரங்களிலும் மட்டும் கிடைக்கும் தண்ணீர்க் காற்று, அப்போது வந்து அவரைக் குளிப்பாட்டிற்று. உலகம் ரொம்ப புதுசாய் இருந்தது குமாரசாமிக்கு. அப்போதுதான் பிறந்த ஒரு குழந்தையைப்போல!

அடைக்கலசாமி நேற்று இறந்து விட்டாராம். சுமார் முப்பது வருஷங்களாகக் குமாரசாமிக்குப் பக்கத்தில் உட்கார்ந்து வேலை பார்த்த அடைக்கலசாமி, அவர் மறைவுக்கு அனுதாபம் தெரிவித்து விடுமுறை விட்டிருக்கிறார்கள். அடைக்கலசாமி என்பது, அவர் அணிந்திருந்த கண்களைப் பூதாகாரமாக்கிக் காட்டும் கண்ணாடி, ஒடிசல் தேகம், கீழ்ப்புறம் கிழித்து பிசிறி தெரியும் வேஷ்டி, வேண்டுதல் வேண்டாம் அற்ற நிர்குண பரப்பிரும்ம நிலை... இத்யாதிதான். இருவரும் சேர்ந்து ஆரியபவனில் எண்ணற்ற முறை காபி சாப்பிட்டிருக்கிறார்கள். செத்துப் போனவர்க்குச் சர்க்கரை இல்லாத காபிதான் பிடிக்கும்.

பல வருஷங்களுக்கு முன் குடும்ப சகிதம் குமாரசாமியின் வீட்டுக்கு அடைக்கலசாமி வந்திருந்தார். சினேகிதருக்குக் கோழி அடித்துச் சாப்பாடு போட்டார் குமாரசாமி.

அந்த அடைக்கலசாமி செத்துப் போய்விட்டார். குடும்பத்துக்கு மூத்த மகனாகப் பிறந்தவர். ஆறு சகோதரிகள் மூன்று சகோதரர்கள்.

அத்தனை பேரையும் படிக்க வைத்துக் கல்யாணம் பண்ணி வைத்து, பிரசவ செலவு ஏற்று, நல்லது கெட்டதுகளில் கலந்துகொண்டு வாழ்க்கையின் கடைசி சொட்டையும், சகோதர சகோதரிக்களுக்காகச் செலவு பண்ணி, தான் வாழ ஆரம்பிக்கும் முன் செத்துப் போனார். பிறந்தவர் சாவது இயற்கை. ஆனால் வாழ்ந்தவர் சாவதுதானே நியாயம். வாழாதவர் சாவது என்ன நியாயம்? அடைக்கலசாமி செத்தது ஒரு தவறு. காலதேவனின் கணக்கு எங்கோ பிழைப்பட்டுப் போய் விட்டது.

சக ஊழியர்கள் மிக உற்சாகமாக கிடைத்த வாகனங்களில் ஏறி, செத்துப் போன அடைக்கலசாமியைப் பார்க்கப் புறப்பட்டுப் போய் விட்டார்கள். குமாரசாமியால் இருந்த இடத்தை விட்டு நகர முடியவில்லை. அன்றையப் பொழுது அவ்வளவு பிரகாசமாய், கழுவினத் தட்டு மாதிரி பளிச்சென்று இருந்தது. இந்தப் பதினொரு மணிப் பொழுதின் உலகத்தை அவர் பார்த்து பலகாலமாயிருந்தது. அவர் நினைவில் அந்தப் பொழுது தங்கியிருக்கவில்லை. அந்த வேளைகளில் அவர் அலுவலகத்தில் ஏதாவது கோப்பைப் பார்த்துக்கொண்டு அமர்ந்திருப்பார். அலுவலகம் ஏ. சி. பண்ணப்பட்ட ஒன்று. அதனால் வெளி உலக சீதோஷணங்கள், தட்பவெப்ப மாறுதல், உலக இயக்கம், அதன் சந்தடிகள், வாகனாதிகளின் கர்ணகடூர சத்தங்கள் எதுவொன்றும் எட்ட நியாயமில்லை. காலை பத்து மணி தொடங்கி மாலை ஐந்து மணி வரை, அவர் தனித் தொட்டியில் போடப்பட்ட மீன்குஞ்சு.

அவருக்கு நினைவில் நிற்கிற பொழுதுகள் பரபரப்பான காலையும், மந்தமான மாலையும், உறக்க மயமான இரவுகளும். விடியலிலேயே எழுந்து விடுகிற குமாரசாமி, உடனே காலைக் கடன்களை முடித்துக் குளித்தும் விடுவார். இல்லையெனில் ஆறு போர்ஷன்களும், ஆறு போர்ஷன்களிலும் மொத்தமாக ஜீவிக்கிற இருபத்து ஏழு பேர்களுக்கும் சேர்த்து, இருக்கிற ஒற்றை கக்கூசுக்கு முன் கையில் பிளாஸ்டிக் வாளியோடு நிற்க வேண்டி வந்துவிடும். அதிலும், ராமாயி அம்மாள் உள்ளே நுழைந்தால் அரைமணி கழித்தே வெளியே வருவாள். வயசானால், அத்தனை

நேரம் வேண்டியிருக்கும் போலும். அதைக்கூட சகித்துக் கொள்ளலாம். அவள் புகைத்து வெளியேற்றியிருக்கிற சுருட்டுப் புகை அந்தச் சின்னஞ்சிறு, ஜன்னல் அற்ற அறைக்குள்ளேயே சுற்றி வருவதால் உள்ளே இருக்கிற ஆறு ஏழு நிமிஷங்களும், அந்தப் புகையை அவரும் சுவாசிக்க வேண்டியிருப்பதுதான் சகிக்க ஒண்ணாதது. அப்புறம் ஷவரம், அது ஓர் அனிச்சைச் செயல். விரும்பினாலும் வெறுத்தாலும் மயிர் காதோரம் ஆரம்பித்து முளைத்து விடுகிறது. கொஞ்ச நாள் அதை வளர்க்கவும் செய்தார். பார்ப்பவர்கள் “என்ன திருப்பதிக்கா?” என்றார்கள். அதுக்குப் பதில் சொல்லலாம். வெகு பேர், “என்ன வீட்டில் எத்தனையாவது மாசம்?” என்றார்கள், வெட்கம் பிடுங்கித் தின்றது அவரை. ஐம்பத்திநாலு வயசில் இந்தக் கிரகசாரம் வேறா? நல்ல பிளேடுகள் இரண்டு ரூபாய் வரை விற்றன. தினம் செய்துகொண்டால், வாரம் முழுக்க ஒற்றை பிளேடைக்கொண்டே ஷவரம் ஆகிவிடும். அதுவும் கடைசி மூன்று நாட்களுக்கு சின்ன முதலாளி மாதிரி கடிக்கும். கண்களில் நீர் தளும்ப ஷவரம் முடித்து, கிணற்றிலிருந்து சேந்தி விட்டுக்கொண்டு குளியல். கிணற்றில் தண்ணீர், மழைக் காலங்களில் போலீஸ்காரனிடம் இருக்கும் இழி குணங்களைப் போல் நிரம்பி வழியும். கோடைக்காலங்களில், நல்லவர்களிடம் தங்கியிருக்கும் பணங்காசைப்போல அருகிப் போய் விடும். குளித்துத் தலை ஈரம் காயு முன்பே, மாமி பரிமாற வைத்திருக்கும் ஆவி பறக்கும் சோற்றை ருசி தெரியாமல் அள்ளிப் போட்டுக்கொண்டு, சட்டையை மாட்டிக்கொண்டு பஸ் நிறுத்தத்துக்கு வருவார். அங்கு இவருக்கும் முன்னால் ஒரு மாபெரும் கும்பல் பஸ்ஸுக்கு காத்து நின்றிருக்கும்.

அந்தக் கும்பல் சந்தேகமில்லாமல், அவரைப்போல மனுஷபுத்திரர்தான். எனினும் அந்தச் சந்தர்ப்பத்தில் அவர்கள் அவரின் சுகத்தை, சௌகரியத்தைக் கெடுக்க வந்த ராட்சஸர்களாகப் படுவர். ஆ! இந்தப் பட்டணத்துக்கு வந்து மனுஷர்களை வெறுக்கும் படியாச்சே! என்று அவர் சமயங்களில் வருந்துவதுண்டு. பஸ் பயணம் என்கிற நரகம் நோக்கிய பயணம் அத்தன்மையதாய் விளங்கியதே! அந்தக் கும்பலில் அவதாரப் புருஷர்கள் இருக்கக் கூடும். மகாத்மாக்கள் இருக்கக் கூடும். சிபிச் சக்கரவர்த்திகள், கௌதம புத்தர், ஏகலைவர், ரிஷ்ய சிருங்கர், அனுசுயாக்கள், நளாயினிகள், கோப்பெருந்தேவிகள், இருக்கலாம்தான். இல்லை என்று கூற முடியாது. எனினும் பஸ்ஸில் ஏறுகையில் அவர்கள் அத்தனை பேரும் ஒன்று திரண்டு நான்கு கால்களை உடையவர்களாகவே பரிணாமம் எய்துவார்கள். இதழ் நீங்கி வெளிப்பட்ட கோரைப்

பற்களை உடைய மிருகங்கள், ரத்தப் பசிகொண்ட மிருகங்கள் பேருந்து வந்து நின்றதும், ஒருவர் மட்டுமே நுழையத் தக்க அதன் வாயிலில், ஐம்பத்தேழு பேரும் ஏற முயற்சித்து, பத்து பேர் மட்டுமே நிற்கத்தக்கதாக வருகிற வாகனத்தில், அத்தனைப் பேரும் பிறர் கால்களில் நிற்கப் பிரயாசைப் பட்டு, ஒருத்தர் உடம்பை ஒருத்தர் மேல் இழைத்துப்பூசி, படரவிட்டு, துர்க்கந்தங்களை வியாபகம் செய்து, கால பதியென்னும் கடிகாரத்தின் பெரிய முள்ளைப் பின்னோக்கி இழுக்கும் மார்க்கண்டேய முயற்சிகளில் லயித்துப் போகும் விவஸ்தை கெட்ட விவகாரத்தில் குமாரசாமிக்கு என்றுமே சம்மதம் இருந்ததில்லைதான். இருந்தும் என்ன? அவர் அந்த யுத்த களத்தில் எப்படியோ இழுத்து விடப்படுகிறார். அவர் கண்கள் கட்டப்பட்டு அவர் கைகளில் ஒரு பட்டாக்கத்தி அளிக்கப்படுகிறது. அவர் அதை நாலா பக்கமும் வீசி ஹதம் செய்ய வேண்டும்.

காலைகள் இந்த விதமாகக் கழிந்தன. குமாரசாமிக்கு அடடா! இந்தப் பதினோரு மணி உலகம் இந்த மாதிரியா இருக்கும்? அபூர்வமாக இருக்கிறதே! இது எப்படி அவர் கண்களுக்குத் தட்டுப்படாமல் போயிற்று.?

மாலைகள் என்பன, வயசாளிகள் உட்கார்ந்திருக்கிற நகரசபைப் பூங்கா மாதிரி. நகரசபைப் பூங்காக்கள் பெரும்பாலும் பூஞ்சைக் காடுகள். 'சக்தி உள்ளதுகள் பிழைக்கும்' என்கிற தத்துவத்தை மெய்ப்பிப்பான் வேண்டியே படைக்கப்பட்டதான செடிகள், புல் பூண்டுகள் நிறைந்திருக்கும். குறித்த காலத்தில் நீர் ஊற்றப்பட எந்த ஏற்பாடும் இல்லாத காரணத்தால், செடிகள் வதங்கி, மெலிந்து, சிறுத்து வாடி, சத்துணவுக்கூடத்துக் குழந்தைகள் மாதிரி பரிதாபகரமாக இருக்கும். மாலைக் காலத்துக்கு வந்து விட்ட முதியவர்கள் அல்லது பழம் பெரும் பிரஜைகள், அங்குள்ள காரை பூசிய பெஞ்சுகளில் அமர்ந்து, தங்களின் செரிக்கப்படாத நினைவு மிச்சங்களைத் தோண்டிக்கொண்டு வந்து அசை போட்டுக்கொண்டிருக்கும் காட்சி, மயான பூமியின் வரவேற்பு அறையில் அவர்கள் அமர்ந்திருப்பது போன்ற பிரமையை ஏற்படுத்தும்.

மாலைக் காலங்கள் என்பன அவர் வீடு திரும்பும் காலங்கள். ஆபீசை விட்டுப் பொடி நடையாக நடந்து, பஸ் நிறுத்தத்தைச் சேர்வதற்கு அரை மணி நேரம் ஆகும். இடைப்பட்ட பாதை, மஞ்சள் பூத்த வெயிலில் பார்க் பெஞ்சின் முதியவர்களைப்போலக் களைப்புடன் காயும். பெட்டிக் கடைகளில் மாலைப் பத்திரிகைகளின் விளம்பர அறிக்கைகள்

படு சுவாரஸ்யங்களைத் தாங்கிக்கொண்டு தொங்கும். அரசியல், சினிமா, மற்றும் பொது வாழ்வுப் பிரமுகர்களின் பேச்சு அல்லது நடவடிக்கைகள் அதில் வெளிப்பட இருக்கும். ஒருவர் அவருடைய எதிரியை நோக்கி நீ தமிழனுக்குப் பிறந்தவனா? என்று கேட்டிருப்பார். சட்ட சபைகளில் வேஷ்டி விலகுதல், துண்டு உருவகம் போன்ற யுத்தங்கள் நடைபெற்றிருக்கும். ஒரு வகையான ஆபாசப் பத்திரிகை படித்த விறுவிறுப்பு உடம்பில் ஏறும். தமிழர்களுக்கு இந்த ரகமான விறுவிறுப்பை ஏற்றுவதுதான் இந்தப் பத்திரிகைகளின் நோக்கமாக இருந்தது எனில், பத்திரிகைகளே மக்களை ஜெயித்தன எனலாம்.

செய்திகள், விட்ட இடத்திலிருந்து தொடர்ந்து சிந்தித்தபடி குமாரசாமி நடப்பார். பள்ளிவாசலுக்கு முன்னால் இருக்கும் டீ கடையில் சர்க்கரை இல்லாமல் ஸ்டிராங் டீ வாங்கிக் குடிப்பார். ஆபீஸ் களைப்பு, முதுகுவலி, பிருஷ்ட எரிச்சல் ஆகியவை ஒரு வகையாகச் சமனப் பட்டாற்போலத் தோன்றும். அதற்குள் கடைகளில் விளக்குகள் எரிய ஆரம்பிக்கும். பிரகாசமான, கண்களைக் கூசவைக்கும் வெளிச்சங்களில் வியாபாரம் தொடரும். எத்தனைத் துணிக்கடைகள்? எத்தனை ஷாப்புச் சாமான் கடைகள்? எத்தனை ஓட்டல்கள்? எத்தனை எத்தனை அரசாங்க, தனியார் அலுவலகங்கள்? மனுஷத் தேவைகள் மிகப் பலவாக விரிந்து விட்டன. 'உண்பது நாழி உடுப்பது ரெண்டு முழம்' என்கிற அம்மாஞ்சித்தனங்கள் காலாவதி ஆகிவிட்டன. நகப்பூச்சுகள்கூடப் பத்து வர்ணங்களில். நெற்றிப் பொட்டு பலப்பல வர்ணங்களில் அக்குள் மயிர் நீக்க, இருபதுக்கும் மேற்பட்ட கம்பெனிகள் உயிரை விட்டுக்கொண்டு லோஷன் தயாரிக்கின்றன. ஆண்களையும் பெண்களையும் அழகர்களாக்க என்றே அழகு நிலையங்கள் நகரங்களில் பெருத்திருக்கின்றன. காலை தொடங்கி நள்ளிரவு வரை பெண்களை அடுப்படிக்குள் முடக்கிப் போட்ட வேலைத் தொடர்களைச் சௌகர்யப்படுத்த, சீக்கிரம் முடிக்க எத்தனை இயந்திரங்கள் இருந்தும், இன்னும் வறுவல், பொரியல், அப்பளம், வடை என்று அதே பழைய சோற்றுப் பட்டியல்...

பொழுது. லேசான போதைகொண்டாற்போல, மெல்லிசான கிறக்கம்கொண்டிருக்கும். மனிதர்களின் வயிறுகள், சற்றே புடைத்து எச்சம் வெளிப்படுத்த ஆயத்தம் கொண்டிருக்கும். மாலை நேரம் வந்து இருட்டத் தொடங்குகையில் மனித மனம் பறவைகளின் மனோபாவம் கொண்டு, விரைந்து கூடு சேரும் எண்ணத்தைக்கொண்டு விடுகிறது. வீடுகளில், இன்பத்திலும், துன்பத்திலும் விட்டு நீங்காதபடி இருப்பதாக உறுதி செய்து,

வாழ வந்திருக்கிற மனைவிகள் இருப்பார்கள். அவர்கள் மூலம் சமூகச் சங்கிலியின் கண்ணி அறுபடாது இருக்கும் பொருட்டு, பெற்றெடுத்தப் பிள்ளைகள் இருப்பார்கள். ஆகவே மாலைக் காலம் என்பது ஆண்களும், பெண்களும் வீடு திரும்பும் காலம். குமாரசாமி பஸ் நிறுத்தம் வந்து நிற்பார். அங்கிருந்து பஸ் பிடித்து வீடு போய்ச் சேர வேண்டும். சாயங்கால நேரங்களில் வீடு திரும்பும் அலுவலர்களின் முகங்கள் அவசியம் அவதானிக்கத் தக்கவை. எண்ணெய் வழிவதால் முகம் லேசாய் 'இருண்டு' பளபளப்புற்றிருக்கும். குமாரசாமியை உள்ளிட்ட பயணிகள், தவத்தில் ஈடுபட்டிருக்கும் முனிபுங்கவர்களாகி விடுவார்கள். பிரும்மத்தைக் கண்டடைதலே இவர்கள் லட்சியம் என்பதுபோல, பயணிகளின் லட்சியம் தங்கள் பயணத்துக்கானப் பேருந்தைக் கண்டு அடைதலாகும். கடந்த எட்டு மணி நேரங்களில் அவர்கள் முகத்தில் எழுதி ஒட்டியிருந்த அவர்களது உத்தியோகங்களின் பெயரை அழித்து 'குமாரசாமியாகவும்' ஜான் பிரிட்டோவாகவும், நசீர் அகமதாகவும், தம்மைக் கண்டு கொள்ளப் போகும் தவிப்பும் துலாம்பரமாகத் தென்பட அவர்கள் நிற்பார்கள்.

நேற்று இதே நேரம், குமாரசாமி இதே பஸ் நிறுத்தத்தில் நின்றிருந்தார். அடைக்கலசாமி அவரைக் கண்டு அவர் பக்கத்தில் வந்து நின்றார். எத்தனை மணிக்கு அவருக்கு மாரடைப்பு ஏற்பட்டது? ராத்திரி பதினொன்றரை மணிக்காம். ஆட்டோ பிடித்து அவரை ஆஸ்பத்திரிக்கு ஏற்றிச் சென்றிருக்கிறார்கள். வழியிலேயே அவர் ஆவி பிரிந்து விட்டது. அவர் இறந்த நேரத்தைச் சுமார் பனிரெண்டு என்று கணக்கிடலாமா? இடலாம். அப்படியெனில், தான் பனிரெண்டு மணிக்கு இறக்கப் போவதை அறியாத அடைக்கலசாமி, அந்த நேரத்துக்கு சுமார் ஆறுமணி நேரத்துக்கு முன்னால் குமாரசாமியைக் கண்டு, அவர் பக்கத்தில் வந்து நின்றார்.

குமாரசாமி யோசித்துப் பார்த்தார். அந்த மாலையில் அவர் முகத்தில் மரணம் ஒன்றும் எழுதியிருக்கவில்லை. வேலை பார்த்தக் களைப்பு இருந்தது. தெளிவோடும் சமயங்களில் நகைச்சுவை தெறிக்கவும்தான் அவர் பேசினார். "பெரிய தங்கை லட்சுமி வந்திருக்கா குமாரசாமி. இது அவளுக்கு மூணாவது பிள்ளை. மூணாவது பிள்ளைப் பிரசவத்துக்கும் அண்ணன் வீட்டுக்கு வந்து, அண்ணனுக்குத் தொந்தரவு தருவதாவதுன்னுதான் அவளே நினைச்சிருக்கா. நம்ம வீட்டில் என்ன சொன்னாங்கன்னா, கண்ணு உன் அம்மா உயிரோடு இருந்து நீ பிள்ளையாண்டு வந்திருந்தா, இந்த மாதிரி நினைப்பு

வருமா? என்ன இப்படி அசலா நினைக்கற படி ஆச்சான்னு கேட்டிருக்காங்க. லட்சுமி கண்ணாலே ஜலம் விட்டிருக்கா. நல்ல பொண்ணு. மாமியார் ஒரு லங்கடி. பேச்சு பாவனையெல்லாம் சதையைப் பிச்சுத் தின்கிறா மாதிரி இருக்கும். அவள்தான் பெண்ணை மூன்றாம் பிரசவத்துக்கும் இங்கே அனுப்பி வைத்திருக்கிறாள். அவள்தான் யார்? நம் குழந்தை அல்லவா, இருக்கட்டும். செலவோட செலவு. கடைசித் தம்பிக்கு வேலை கிடைச்சுக் கல்யாணம் பண்ணி வச்சுட்டேன்னா, அப்புறம் எனக்கென்ன கவலை? நான் ராஜாதான், ”

குமாரசாமி, அடைக்கலசாமியின் கால் செருப்பைக் காண நேர்ந்தது. சாதாரண ரப்பர் செருப்புதான். கட்டை விரல் மோதிரம் மேல்வார் அனைத்திலும் ஒட்டு போட்டு தைத்திருந்தார். இன்னும் மேலே தைக்க முடியாத அளவுக்கு அது பிய்ந்து போய் இருந்ததை, அவர் அறிந்தார். போட்டிருந்த கதர்ச் சட்டையில் பல இடங்களில் மீன் முட்கள் மாதிரி தையல் போட்டிருந்தது.

அடைக்கலசாமி சொன்னார்: “செருப்பு மாற்றக்கூடாதான்னா கேக்கறீங்க? பேஷா மாற்றலாமே. என்ன சங்கதின்னா, வருஷம் ரெண்டாயிடுச்சி, எனக்கும் அதுக்கும் உறவு ஏற்பட்டு. ஒருத்தரை விட்டு ஒருத்தர் பிரிய மனசு வரமாட்டேங்குது.” இப்படியாகப் பேசிக்கொண்டிருந்தவர், மறக்காமல் லட்சுமிக்கு ஸ்வீட் வாங்கிக்கொண்டு வீட்டுக்குப் போக வேண்டும் என்றார். லட்சுமிக்கு ஸ்வீட் பிடிக்கும். “வாருமே, ஒரு டீ குடிக்கலாம்” என்று வேறு சொன்னார். ‘ஐயோ பாவி மனுஷன் கடைசி முறையாகக் கூப்பிட்டிருக்கிறார். போகாமல் இருந்துவிட்டோமே’ என்று மனம் நொந்தார் குமாரசாமி.

*

ஓர் ஆட்டோ அவர் அருகில் இடித்துக்கொண்டு நிற்கிறாற் போல் நின்றது.

“வரியா சார்?!” என்றார் ஓட்டுநர்.

குமாரசாமி மறுத்தார். பகல் பொழுது இவ்வளவு ஆச்சரியங்களுடன், அழகுகளுடன் திராட்சைக் குலை மாதிரி அவர் முன் தொங்கிக்கொண்டிருக்க அனுபவியாது, வண்டிக்குள் ஏறிச் செல்ல அவருக்குச் சம்மதிமில்லை.

காலைகளைப்போலவே மாலைகளிலும், பஸ்ஸில் நெருக்கியடித்துக் கொண்டுதான் மக்கள் பயணம் செய்கிறார்கள். ஆனால் இப்போது அவர்களின் மனமும் உடம்பும் வேறு

மாதிரியான பிரச்னைகளைச் சந்தித்துக்கொண்டிருக்கும். காலைகளில் இருந்த மனிதப் பகை தணிந்து, சோர்வு மிகுந்திருக்கும். டிராபிக் போலீஸ்காரனிடம் இருந்து தப்பித்து ஓடுகிற லாரிக்காரர்களின் மன நிலையை அவர்கள் பெற்றிருப்பார்கள்.

குமாரசாமி தன் பேட்டையை ஆறே முக்காலுக்கு அடைவார். ஏழு மணி ஆனாலும் ஆச்சரியமில்லை. அங்கிருந்து நடை. முதலில் மார்க்கெட் சந்து திருப்பம். அந்த இடம் திறந்தவெளி சிறுநீர் கழிப்பிடம். பெரும்பாலான மார்க்கெட் வியாபாரிகளும், வாடிக்கையாளர்களும் அங்குதான் கழிக்க வேண்டி வரும். மூக்கையும், மூச்சுக் குழாய்களையும் எரிச்சல் அடைய வைக்கும் நாற்றம் 'பொதுக்'கென்று அங்கிருந்து எழும். பலருக்கு வாந்தியும்கூட வரும். குப்பைகளின் குவியல்களில் இருந்து பந்தாய்ச் சுருட்டிக்கொண்டு எழும் அவிந்த நாற்றம் இன்னொரு பயங்கரம். அங்கு கும்பல்களாகப் பன்றிகள் வாசம் செய்யும். பன்றிக் குட்டிகள் பார்க்க, வெகு தமாஷானவை. அவற்றின் குறுகுறுப்பும் குழந்தைமையும் பார்க்க அழகியன. பன்றிகளைக் கடந்தால், நாய்கள், நாய்கள் வெகு சுதந்திரமாக அங்கு ஜீவித்திருந்தன. கடைத்தெருவில் வரிசைக் கிரமமாக மூன்று இறைச்சிக் கடைகள் இருந்தன.

சற்று உள்தள்ளின சந்தில் மாட்டிறைச்சிக் கடையும் இருந்தது. எந்த நாயையும் எந்த வீட்டாரும் வளர்க்கவில்லை. அவைகள் தானே இரை தேடித் தின்று வளர்ந்தன. மீந்து போன சாதத்தை யாரேனும் ஒரு வீட்டார் தெருவில் கொட்டுகையில், எங்கிருந்தோ ஏழு எட்டு நாய்கள் பிரசன்னமாகி, தம் பங்குக்குப் பெரும் களேபரத்தைச் செய்யும். நாய்களின் நடமாட்டம் தெருவோர்க்கு உபயோகமாவும் இருந்தது. புது மனுஷர்களோ அல்லது திருடர்களோ அவைகளின் கண்களுக்குத் தப்ப முடியாது. குமாரசாமியை நாய்கள் அறியும். குண்டும் குழியுமான அந்த ரோட்டில் எதுபள்ளம், எது நாய் என்று அறிவதில் இரவு நேரங்களில் பெருஞ் சிரமம் அவருக்கு ஏற்படவே செய்யும். சர்வ ஜாக்கிரதையாக அடியெடுத்து வைத்து நடக்க வேண்டியிருக்கும். பள்ளம் என்று நினைத்து நாயின் வயிற்றில் காலை வைத்து விடக் கூடும். நாய்கள் கவ்வாமல் விடாது. இந்தப் பரீட்சை, மீன்துறை அலுவலகம் வரையில்தான். அதை ஒட்டிய மீன் ஸ்டாலில் வெளிச்சம் இருக்கும். கப்பென்று மீன் வாசம் ஆளைத் தூக்கும். வெட்டி அடுக்கப்பட்ட வஞ் சரம் வௌவால் மீன்களில் ஈக்கள் நிதானமாகப் பறந்தபடி மொய்க்கும். ஞாயிற்றுக்கிழமைகளில்தான் குமாரசாமி

மீன் எடுப்பார். ஒரு ஞாயிறில் மீன்; ஒரு ஞாயிறில் கோழி; பதினைந்து நாட்களுக்கு ஒரு முறைதான் புலால். இது ஒன்றும் அவர் விரதமல்ல. அது அவருடைய வருமானம் விதித்திருந்த கட்டளை. வருமானம், நாக்கையும் கட்டுப்படுத்தும் அதிகாரம் கொண்டது.

மீன் கடை கடந்ததும் பட்டாணிக்கடை வரும். கடலை வறுபடும் சுகமான வாசனை அவரை எட்டும். சில வாசனைகள் சில இடங்களில் முகவரியாகவே இருந்தது. ஆச்சரியம்தான். பட்டாணிக் கடைக்குப் பக்கத்தில்தான் அவர் நித்தமும் காய்கறி வாங்கும் கடையிருந்தது. பச்சைக் காய்கறிகளை மேலும் பச்சையாக்கும் பொருட்டு விசேஷமான விளக்கு போட்டிருக்கும் கடை. குமாரசாமி சற்று நேரம் யோசித்தபடி இருப்பார். முந்தின நாள் வாங்கிச் சென்ற காய்கறி என்னவாக இருக்கும் என்பது அவர் யோசனையாக இருக்கும். முந்தின நாள் காய்கறி என்பது, இன்று காலை உணவில் அகப்பட்ட காய்கறிகள், அதைத்தான் என்னவென்று நெற்றியை அழுந்தத் தேய்த்தவாறு யோசித்தபடி நிற்பார் அவர். சில சமயங்களில் ஞாபகம் வரும். பல சமயங்களில் வராது. இன்று சமையலில் கத்தரிக்காய் என்றால் நாளைச் சமையலில் வெண்டைக்காய். காய்கறிகள்கூட நாலோ ஐந்தோதான் புழக்கத்தில் இருந்தது. ஒன்று மாற்றி ஒன்று, ஏதோ ஒன்று.

எதை வாங்கிக்கொண்டுப் போய் போட்டாலும் வாய் பேசாது சமைத்துப் போடும் மனைவியாக யசோதை அவருக்கு வாய்த்திருந்தாள். யசோதையை நினைக்குங்கால் அவருக்குள் பச்சாதாபம் பொங்கும். திருமணமானப் புதிதில் மாங்கொழுந்து நிறத்தில் உற்சாகம் பொங்க வளைய வந்த பெண்ணாகத்தான் அவள் இருந்தாள். அவளைக் கைப்பிடித்து காற்றும் வெளிச்சமும் சம்சயப்பட்டுக்கொண்டு நுழையும் திருவல்லிக்கேணி ஒண்டிக் குடித்தன வீட்டில் குடி வைத்ததுதான் அவர் செய்த பிசகாக இருக்க வேண்டும். அத்துடன் அவளுக்கு மூன்று பிள்ளைகள் பிறந்தன. ஏனோ அவள் வாய்ப்பேச்சையே மறந்துக்கொண்டு வந்தாள். அவளைப் பார்க்கும் போதெல்லாம் குமாரசாமி குற்ற மனப்பான்மையில் குமைவார். ஒரு பெண்ணை, மனைவியாக்கி, தாயுமாக்கி, அப்படி ஆக்குவதன் மூலமாகச் சீரழிக்க முடியுமென்பது தனக்கு நேர்ந்தது குறித்து அவருக்கு மிகுந்த வருத்தம் இருந்தது. அவள் வாய்த்திறந்து அவரிடம் எதுவும் கேட்டது இல்லை. சண்டை போட்டதும் இல்லை. முகத்தைத் தூக்கி வைத்துக்கொண்டு பேசாமலிருந்ததும் இல்லை. ஒரு வாரம் பத்து நாட்கள் அம்மா வீட்டுக்குப் போய்

வந்ததும் இல்லை. அப்படியெல்லாம் யசோதா இருந்திருந்தால் அவருக்கு அந்த அம்மாளிடம் சௌஜன்யம் இருந்திருக்க வாய்ப்புண்டு. அப்படி இல்லாமையினாலேயே அவருக்கும் அவளுக்கும் இடையே மௌனம் சூழ்ந்துகொண்டது. உடைக்க முடியாத கற்பாறைப் போன்ற மௌனம்.

குமாரசாமி காய்கறி வியாபாரத்தை முடித்துக்கொண்டு தனக்கென்று அவர் வைத்திருக்கும் ஒரே சொகுசுப் பழக்கமான இரவு சாப்பாட்டுக்குப் பிறகு அவர் சாப்பிட இரண்டு வாழைப்பழங்களை வாங்கிக்கொண்டு, அந்த உபயோகத்துக்கெனவே வைத்திருக்கும் துணிப்பையில் அவைகளை இட்டுக்கொண்டு அவர் நடப்பார். சுமார் அரை மைல் இருட்டு பூசி மெழுகியிருக்கும் தெருவில் அவர் நடப்பார். குமாரசாமி மாலைகளைக் கடப்பது இப்படித்தான். அந்த வழிப்பயணத்தில் சந்தோஷத்தின் வெளிப்பாடாக மனசுக்குள் அழுந்திக் கிடக்கும் பழைய பாடல்கள் பீறிட்டுக்கொண்டு எழும். பெரும்பாலும், 'நமக்கினி பயமேது' என்று தொடங்குகிற சின்னப்பாவின் பாடலை முனகியபடி நடப்பார். கல்யாணி ராகத்தின் ஆலாபனை அவருக்குத் தெரியாது. ஆனால் அவருக்கு இருக்கும் மனோபாவப்படி அந்த ராகம் வடிவெடுக்கும்.

இரண்டு குடித்தனங்கள் இருந்த அந்த வீட்டின் பிற்பகுதியில் அவர் குடியிருந்தார். முற்பகுதிதான் அவருக்குப் பிடித்திருந்தது. அங்கிருந்து வானம் தெரிந்தது. மரங்களின் விரிந்த தலைகள் தெரிந்தன. அடுத்த வீட்டுக் குழந்தை மாதிரிக் காற்றும், வெளிச்சமும் சுதந்திரமாக உள்ளே நுழைந்தன. நண்பர்கள் வந்தால் உட்கார்த்தி வைத்துப் பேசக் கொஞ்சம் பெரிய ஹால் இருந்தது. ஆனால் இவை அனைத்துக்குமாக வாடகை ஐநூறு என்றார்கள். பிற்பகுதிக்கு வாடகை, முன்னூறுதான். கோயில் கர்ப்பக்கிருஹம் மாதிரி எந்நேரமும் இருண்ட அறை. வாழைக்காய்களை வாங்கிப் போட்டால் ஓரிரவுக்குள் பழுத்துப் போகும் வகையாய், எந்நேரமும் சூடான காற்றுப் புழங்கும் அடுப்பறை. குமாரசாமிக்கு முற்பகுதியில் குடியிருக்க விருப்பம். ஆனால் பிற்பகுதியில் குடியிருப்பு.

"அம்மா... அப்பா வறாங்க" என்பாள் நீலா. பெரிய பெண். எஸ். எஸ். எல். சி.க்கு மேல் படிப்பு ஏறவில்லை என்று, வீட்டோடு இருப்பவள். டைப் கற்றுக்கொண்டு, மூன்றாவது வீட்டிலிருந்து பழைய தொடர்கதை பைண்டு வால்யூம்களை வாங்கிக்கொண்டு காலம் கழிப்பவள். இரண்டாவது பெண் கோமளா, அம்மாவுக்கு ரொம்பவும் இசைந்தவள். இளம்பிள்ளை வாதத்தால் கால் சற்றே கோணலாகிப் போனவள். முன்றாமவள்

சாந்தி. நாலாம் வகுப்பு வாசிப்பவள். அப்பா வேலை விட்டு வரும்போது தூங்கி விட்டிருப்பாள். காலை புறப்படும்போது அவளும் பள்ளிக்குப் புறப்பட்டுக்கொண்டிருப்பாள். ஆகவே பேச நேரம் இருக்காது.

யசோதையிடம் பையைக் கொடுப்பார். குமாரசாமிக்கும் அவளுக்குமான சம்சார பந்தம் அந்தப் பையோடு முற்றுப் பெற்றுவிட்டதாகவே தோன்றும். பனியனையும் ஜட்டியையும் எடுத்துக்கொண்டு குளியல் அறைக்குச் செல்வார். குளித்து மீள அரைமணி ஆகும். தட்டில் சாதம் பரிமாறி இருக்கும். தடுக்கில் அமர்ந்து சாப்பிடுவார். குழந்தைகள் இழுத்துப் போர்த்துக்கொண்டு உறக்கத்தில் இருப்பார்கள். உண்டு வாசலுக்கு, வீட்டின் முற்பகுதிக்கு வருவார். இரும்புக் கதவைச் சத்தமில்லாமல் திறந்துகொண்டு வீதிக்கு வந்து கைலியை மடித்துக் கட்டிக்கொண்டு, தெரு முனை வரை ஒரு நடை நடந்து வருவார். மணியும் அதற்குள் ஏறக்குறைய பத்தை நெருங்கிக்கொண்டிருக்கும். படுக்கையில் வந்து விழுவார் என்றால் கனவுகள் அற்ற தூக்கத்தில் ஆழ்ந்துவிடுவார்.

குமாரசாமி பஸ் நிறுத்தத்தில் நின்றுகொண்டிருந்தார்.

இறந்து போன அடைக்கலசாமியின் சடலத்தைப் பார்த்து கடைசி மரியாதை செலுத்த வேண்டும் என்று எதிர்பார்க்கப்படுபவர் அவர். இதர அலுவலர்கள் அங்கனம் அந்நேரம் தங்கள் இறுதி மரியாதைகளைச் செலுத்திக்கொண்டிருப்பார்கள். அசைவில்லாமல் படுத்துக் கிடக்கும், ஒரு காட்சிப்பொருளைப்போல இந்நேரம் ஆக்கப்பட்டு இருக்கும் அடைக்கலசாமியைப் போய்ப் பார்க்கத்தான் வேண்டுமா என்று தமக்குள் ஒருமுறை கேட்டுக்கொண்டார் குமாரசாமி. குடும்பம், சகோதர சகோதரிகள், அவர்களின் உயர்வு என்று சதா இயங்கிக்கொண்டிருந்த ஒரு மனிதன், இயக்கத்தை நிறுத்தி விட்டபின், வீழ்ந்துபட்ட பின், அவனுடைய இயக்கமற்ற உடலைப் பார்வைக்கு வைப்பது அடைக்கலசாமிக்குச் செய்கிற அவமானம் என்றுகூட அவருக்குத் தோன்றவாரம்பித்தது. அவர் அடைக்கலசாமியின் சவ ஊர்வலத்துக்குச் செல்வதில்லை என்று முடிவு செய்தார். ஆகவே வேறு எங்கு போவது?

அவருக்கு நடக்க வேண்டும் போலிருந்தது. விட்டேத்தியாக, நோக்கமில்லாத ஊர் சுற்றியைப்போல நடந்து சுற்ற வேண்டும்போல இருந்தது. நடப்பதற்காகவே நடக்கிற ஊர்ச்சுற்றி, கண்களை கேமராவாக்கி, மனுஷர்களைப் பிடித்து மனசுக்குள் போட்டுக் கொள்கிற ஊர் சுற்றி, அந்த நினைப்பே

அவருக்குள் இளமையைக் கசிய வைத்தது. இருபது முப்பது ஆண்டுகள் அவரிடமிருந்து ஆவியாகக் கரைந்து அவரை இளைஞனாக்கி விடுகிறது. அவர் நடக்கத் தொடங்கினார். எக்ஸ்பிரஸ் ஆபீஸ் நேர் எதிரே சூடாக வாழைக்காய் பஜ்ஜி தின்றுக்கொண்டு நிற்கின்ற சல்வார் கமீஸ் அணிந்து, தலைமுடியை அலட்சியமாகப் பறக்கவிட்டபடி சுதந்திரத்தின் சீமந்த புத்திரிகளாகக் காட்சியளிக்கிற இரண்டு பெண்களை அவர் கண்டார். அந்தக் காட்சியை அவர் மிகவும் ரசித்தார். இந்தப் பெண்கள் நின்ற இடத்தில் தன் பெண்களை வைத்துப் பார்த்தார். வருத்தமாக இருந்தது. பெரியவள் படிப்பு வரவில்லை என்கிறாளே! படிப்புகூட சிலரிடம்தான் வரும் போலும். சின்னச் சம்பளக்கார வீட்டுப் பிள்ளைகளுக்குப் படிப்பு வராதா, வரக்கூடாதா என்ன?

திடுமென செண்பக ராஜலட்சுமியைப் பற்றிக்கொண்டு மனக்குரங்கு எம்பிக் குதித்தது. அது அந்தக் காலம். செண்பகா உருக்காத நெய் மாதிரி, ஊரில் எஸ். எஸ். எல். சி. எழுதி முடித்த கையோடு, ஏதோ ஒரு சின்ன கம்பெனியில் ஏதோ ஒரு வேலையில் சேர்ந்திருந்த காலம். கிராமத்து நாட்டுப்புற அம்மா கட்டுகிற புடவையைச் சுற்றிக்கொண்டு ஆபீஸ் போய் வந்த காலம். கோணல் வகிடும், புருவ மத்தியில் துண்டு நெருப்பு மாதிரிக் குங்குமமும் வைத்துக்கொண்டு, அவள் வருவாள். மகிழ மரத்தடி பஸ் நிறுத்தத்தில்தான் அவள் பஸ் ஏறுவது வழக்கம். வயசான மரம் அது. பாரியான உடம்பும், மிகவும் விசாலமான, வானத்தைத் தழுவிகிற மாதிரி கைகளை விரித்துக்கொண்டு அது நிற்கிற பாங்கும், ஒரு ஈர்ப்பைக் குமாரசாமிக்கு ஏற்படுத்தியிருந்தது. தாழங்குடையை சின்னது செய்த மாதிரி அதன் பூக்கள் நிழல்குடையின் மேலும், தரையிலும் சிந்திக்கிடப்பது மனசை வருடச் செய்கிற காரியம்தான். இயன்றவரை பூக்களை மிதிக்காமல் செண்பகா நடந்து நிற்பதைப் பல சமயங்களில் குமாரசாமி பார்த்திருப்பார். அழுக்குப்படாத வெள்ளை நிறத்துப் பாதங்கள், செருப்புக்கு மேல் இருந்தாலும் பூமியில் படாது, பூமிக்கு மேல் நிற்பதாக அவர் நினைத்துக்கொண்டார். நிறுத்தத்தின் மேற்கு மூலையில், தந்திக் கம்பத்துக்கு அருகில், அவள் நிற்பாள். நாளாவட்டத்தில் அவளுக்குச் சில அடிகள் தள்ளி, அவள் அருகாக நிற்க வேண்டுமென்று அவருக்கு ஏனோ தோன்றியது.

அவர் நிற்கிற இடத்திலிருந்து அவளைப் பக்கவாட்டத்தில் முழுமையாகப் பார்க்க முடிந்தது அவரால். காற்றடித்துக் கலைகிற, காலைக் குளியல் ஈரம் போகாத கழுத்துப்புற ஒற்றை

முடி, பல பிரதிமைகளை அவரிடம் ஏற்படுத்தியது உண்மை. காற்றில் அசையும் நாற்றுக்கள்; கோட்டை மேல் பறக்கிற கொடி; கறுப்பு வானத்தில் நீந்தும் வெள்ளை மேகம்; காய வைத்து, காற்றில் படபடக்கிற கறுப்பு நிறத் துவாலை எனப் பல பிரதிமைகள்; அல்லது பிரமைகள்.

அந்தக் காலங்களில் இவ்வளவு ஜனங்கள் இல்லை. அல்லது இவ்வளவு பேர் வேலைக்குப் போவதில்லை. கூட்டம் நெருக்கியடிப்பதில்லை. ஆகவே, மேயப்போன பசுவை எதிர்ப்பார்க்கிற சாவகாசத்தில் பஸ்ஸை எதிர்பார்த்து அவள் நிற்பாள். கண்கள் கிழக்குத் திசையையே பார்த்துக்கொண்டிருக்கும். அவர் நிற்கும் இடத்திலிருந்து அவள் கண்கள், துலாம்பாரமாகத் தெரியும். வெள்ளைக் கைக்குட்டையில் கறுப்பு ரோஜாப் படம் போட்ட மாதிரியான அவள் விழிகள் அசைவற்று கிழக்குத் திசையையே நோக்கியபடி இருக்கும். அவரும் அவளும் ஏறிச் செல்ல வேண்டிய பஸ் ஒன்றுதான் என்று கூறுவதற்கு இல்லை. ஆறாம் எண் பஸ்ஸில் அவர் சென்றால், அவருடைய அலுவலக வாசலிலேயே போய் இறங்கலாம். ஆனால், அவள் செல்வதோ ஐந்தாம் எண் பஸ். அதில் போனால், அவர் சுமார் இரண்டு பர்லாங்கு தூரம் நடந்து போய் அலுவலகம் சேர வேண்டி வரும். அந்தத் தூரம் ஒரு பொருட்டே அல்ல அவருக்கு. அவர் தினம் தினம் இரண்டு பர்லாங்கு தூரம் நடந்தே அலுலவகம் போனார். பச்சை வாழி அம்மன் பஸ் நிறுத்தத்தில் செண்பகா இறங்கி நடந்து தன் அலுவலகம் செல்வாள். அதுவரை அவரும் அவள் பின்தான் நடந்து செல்வார். பல நாட்களுக்குப் பிறகு ஒரு நாள் அலுவலகத்துக்குள் நுழைந்த செண்பகா, அவரைத் திரும்பிப் பார்த்தாற்போல அவருக்குத் தோன்றியது. மனப்பிராந்தி என்று சொல்வார்களே அதுவாக இருக்குமோ என்றுகூட அவருக்குத் தோன்றியது. அன்று அவர் நீண்ட நேரம் மொட்டை மாடியில் தூக்கம் பிடிக்காமல் படுத்துக் கிடந்தார். நிலாவும் அவர்கூட உறக்கம் பிடிக்காமல் துணை நின்றது.

அந்தக் காலம்தான் எவ்வளவு ரம்மியமானது? அவர் சமயங்களில் அந்த நினைவுகளில் அமிழ்ந்து போவார். அந்தக் காலங்களில் அவர் கதர் சட்டையும், கதரிலேயே பேன்ட்டும் அணிவார். கதர் சீக்கிரத்தில் அழுக்கடையக் கூடியது. ஆகவே தினம் தினம் துவைத்துப் போடும் வேலை அவருக்கு நேரும். அவ்வேலையில் அவருக்குத் திருப்தியும் சந்தோஷமுமே ஏற்பட்டது. தினம் தினம் சவரம், மாசத்துக்கு இருமுறை மயிர் வெட்டல் என்ற ஓர் ஒழுங்கு அவருக்கு நேரிட்டது.

ஒரு தீபாவளியை ஒட்டிய நேரம், அவர்கள் ஏறிச் சென்ற பஸ் நடு வழியில் டயர் வெடித்து நின்றது. பஸ்ஸை விட்டு இறங்கி ஓர் ஓரமாகச் சற்றுத் தவிப்போடு நின்றாள் செண்பகா. ஆட்டோக்கள் அதிகம் பரவாத காலம் அது. அவர் ஒரு குதிரை வண்டியை ஏற்பாடு செய்துகொண்டு வந்தார்.

"நீங்களும் வரலாமே, உங்கள் ஆபீசில் இறங்கிக் கொள்ளலாமே..." என்று அவளைப் பார்த்துச் சொன்னார். நாலைந்து வார்த்தைகள் தாம், அதற்குள் அவருக்கு வியர்த்துப் போய்விட்டது.

அவள் மறுக்காமல், "ரொம்ப நன்றி" என்றபடி குதிரை வண்டியின் முன் பகுதியில் அமர்ந்துகொண்டாள். குதிரை, குதிரையைப் போல்தான் இருந்தது. விரைவில் சுருங்கி, இளைத்து, கால்கள் இடித்துக்கொண்டு கழுதையாகும் நிலையில் இருந்தது. அதை ஓட்டிய வண்டிக்காரனேகூட உயிரைச் சுமந்து கொண்டிருப்பவனாகவே தோன்றினான். காய்ந்து புல்லின் மணம் வண்டிக்குள் நிரம்பி சுகமான வாசம் தந்துகொண்டிருந்தது. செண்பகா வெளியில் பார்வையைச் செலுத்தியபடி இருந்தாள். அவள் தலையில் அணிந்திருந்த மல்லிகைச் சரத்தினது வாசம் மட்டும் அவரை அணுகிக் கொண்டிருந்தது. குதிரை வண்டி, அசைந்து ஆடி மெதுவாக ஊர்ந்து கொண்டிருந்தது. அது இன்னும் மெதுவாகப் போகாதா என்று ஏங்கினார் குமாரசாமி. செண்பகாவின் அலுவலகம் நெருங்கிக் கொண்டிருப்பது அவருக்கு வேதனையாக இருந்தது. ஏதோ மாயம் நிகழ்ந்து, அவள் அலுவலகம் பத்து மைலுக்கு அப்பால் மாறிப் போய் விடாதா என்றுகூட அவருக்குத் தோன்றியது. குமாரசாமி வண்டிக்காரரைப் பார்த்து, "குதிரை சொந்தமா?" என்றார். ஏதாவது பேச வேண்டுமே... இத்தகு பரவசங்களில் லயிப்பவர்கள் அழுத்தமாகப் பேசுவது இயற்கைதான். ஆனால், சம்பந்தப்பட்ட இருவருக்கும் அவை ஆயிரம் அர்த்தம் தொனிக்கிற வார்த்தைகளாக இருக்கும் போலும், குமாரசாமியின் அந்தக் கேள்வியை 'சீரியசாக' எடுத்துக் கொண்ட வண்டிக்காரர் சொன்னார்:

"என்ன கேட்டீங்க. சொந்தமான்னா? வயித்துப் புள்ளையே சொந்தமாகாதப்போ மிருகங்க சொந்தமாயிடுமா, சாமி? வாடகை வண்டிதான்."

தத்துவபரமான அவர் வார்த்தைகள் அந்தச் சூழலுக்குப் பொருந்தாதவையாக இருந்தன. குமாரசாமியால் வார்த்தையை வளர்க்க முடியவில்லை.

“உங்க ஆஃபீசு எத்தனை மணிக்கு?”

அவர், அவளைத்தான் கேட்டார். கேள்வி தம்மைப் பார்த்துக் கேட்பது என்பதை அவள் புரிந்து கொள்ள பல நிமிஷங்கள் ஆயின. திரும்பி, “பத்து மணிக்குத்தான்” என்றாள். அவர் ஆபீசும் அந்த நேரம்தான் தொடங்கிற்று. அதில் ஆச்சரியம் கொள்ளவோ, விமர்சனம் செய்யவோ ஒன்றுமில்லை. மேடு பள்ளங்களில் வண்டி ஏறி இறங்கும்போது தலை வண்டிப் பலகையில் இடித்தது. ஏனோ அவருக்கு அது வலிக்கவில்லை. சூரியன் முன் பக்கத்தில் தீவிரமாகக் காய்ந்தது. அவருக்கு அது சங்கடமாக இருந்தது.

“கொஞ்சம் பின்னால் நகர்ந்து அமருங்களேன். வெயில் காய்கிறதே” என்றார் வாஞ்சையுடன். அவள் திரும்பி, பல் தெரியாமல் சிரித்தாள்.

மஞ்சள் பூசியிருந்தாள். தலையிலிருந்து மணப்பொருள்களின் வாசம் மிதந்தது. “பரவாயில்லை” என்றாள். அவள் அலுவலகம் வந்தே விட்டது. அவள் இறங்கச் சௌகர்யமாக அவர் இறங்கி நின்றுகொண்டார்.

அவள் உள்ளங்கையில் அடங்கியிருந்த சின்ன பர்சை எடுத்து, “வண்டிச் சத்தம் எவ்வளவு!” என்றாள்.

“பரவாயில்லை, நான் கொடுத்து விடுகிறேன். நீங்கள் போகலாம்” அவள் சென்று மறைந்துவுடன், வண்டி ஏறியவர்க்குப் பரிசு மாதிரி ஒன்று காத்திருந்தது.

செண்பகா தலையில் சூடியிருந்த சரத்திலிருந்து ஒற்றை மல்லிகை மலர் அவள் அமர்ந்த இடத்தில் விழுந்திருந்தது. அந்த மலரை எடுத்து முகர்ந்தார். நூறு வெவ்வேறு பூக்களின் வாசனை அதில் இருப்பதாக அவருக்குப் பட்டது. அந்த மலரைப் பத்திரப்படுத்திக்கொண்டார். அன்று இரவும்கூட அவர் உறக்கம் பிடிக்காமல் விழித்துக்கொண்டிருந்தார். நிலவும் அவருடன் விழித்திருந்தது. வாடிய அந்த ஒற்றை மல்லிகை மலரை, உள்ளங்கையில் ஏந்திக்கொண்டு அவர் கற்பனை உலகங்களில் சஞ்சாரம் செய்துகொண்டிருந்தார்.

அடுத்த நாள் முதல், அவர்கள் அறிமுகம் கொண்டவர்களாய் புன்னகை செய்யவும், ‘தலை அசைக்கவும்’ தொடங்கினார்கள். சில சில வார்த்தைகளைப் பகிர்ந்துகொண்டார்கள்.

“என்ன, பஸ் இன்னும் வரக் காணோம்.?”

“அட, என்ன வெய்யில் இப்படிக் காய்கிறது?”

“வரவர இந்த ஊர்கூட பட்டணம் மாதிரி புழுதி படியத் தொடங்குகிறதே”

“இந்தத் தடத்தில் கூடுதலாக இன்னும் இரண்டு பஸ் விடலாம்”

“உங்கள் வாட்ச் நின்று போய் இருக்கா என்ன?”

“நேற்று உங்களுடன் வந்தவர் உங்கள் அண்ணனா?”

“இந்தப் பத்திரிகைதான் நீங்கள் வாசிக்கிறதா?”

“நல்ல புத்தகம், அருமையா எழுதியிருக்கிறார். படித்துப் பாருங்களேன்”

“இன்னிக்கு காலமே, ரொம்ப சீக்கிரம் வந்து விட்டேன்.”

“மழைத் தூறல் உங்கள் மேல் படுகிறதே, ஒதுங்கி நில்லுங்கள்.”

இப்படியாக, ஒரு வழிப்பாதை மாதிரி ஒருவரே மற்றவரைப் பார்த்துப் பேச, மற்றவர்கள் வாங்கிக் கொள்ளவுமாகச் சில நாட்கள் சென்றன. ஒரு மதியப் பொழுதில் மழை கடுமையாகி மாலை ஐந்துக்கும், ஐந்தரைக்கும் மேலும் பொழியவே, குமாரசாமி கடைக்கு நனைந்துகொண்டே போய் ஒரு புதுக்குடை வாங்கி செண்பகாவின் அலுவலகம் சென்றார். வராண்டாவிலேயே, நின்றிருந்த செண்பகா ஆச்சரியம்கொண்டிருக்க வேண்டும். காற்றும் மழையும் கலந்து இடி மாதிரி இறங்கிக்கொண்டிருந்தன.

“நீங்கள் எப்படிப் போவீர்கள்?” என்று கரிசனத்தோடு கேட்டாள் செண்பகா.

“எனக்கொன்றும் அவசரம் இல்லை. இருட்டிய பிறகுகூட போகலாம். உங்களுக்குச் சிரமமாகி விடுமே” என்றார் குமாரசாமி. அவள் நெகிழ்ந்து போயிருக்க வேண்டும். அடுத்த சில நாட்களில், சிறு சிறு சம்பாஷணைகளை அவர்கள் நடத்தினார்கள்.

“எப்போதும் வெள்ளைதான் உடுத்துவீர்களா?”

“ஏன்? நன்றாக இல்லையா?”

“உங்களுக்குப் பொருத்தமாக இருக்கிறது. நிறத்துக்கும் குணத்துக்கும் சம்பந்தம் இருப்பதாகச் சொல்வார்கள்.”

மற்றும் ஒரு நாளில்

“இன்று ஏன் பூ வைத்துக் கொள்ளவில்லை?”

(சிரிப்புடன்) “அவசரத்தில் ஓடி வந்து விட்டேன்.”

“உங்களுக்கு பூ, அதிகப்படியான ஆபரணம்.”

மற்றும் ஒரு நாளில்,

“நேற்று வரவில்லையே...”

“அத்தை வந்திருந்தாள்!”

“உடம்புக்கு ஏதோ என்று பயந்து போய்விட்டேன். அலுவலகத்துக்கு வரலாமா என்று யோசித்தேன். நீங்கள் தவறாக நினைப்பீர்களோ என்று”

“இதில் தப்பாக நினைக்க என்ன இருக்கிறது? டைப்பிஸ்ட் செண்பகா ராஜலட்சுமி என்றால் சொல்வார்கள்.”

மற்றும் ஒரு நாளில்:

“நிறைய படிக்க ஆசைப்பட்டேன். முடியல்லே.”

“ஏன்.?”

“ரெண்டு தங்கைகள். அவர்களும் படிக்க வேணுமே. சம்பாதிக்கணும்னு அப்பா சொல்லிட்டார்.”

“பிரைவேட்டாகப் படிக்கலாமே”

“யோசிக்கணும்.”

“யோசிக்க ஒண்ணுமில்லை. நான் ஏற்பாடு பண்றேன்”

மற்றும் ஒரு நாளில்:

“விடுமுறை நாட்களிலே என்ன பண்ணுவீங்க? எப்படி பொழுது போகுது?”

“அம்மா அப்பளம் பண்ணி வீடுகளுக்குப் போடுறாங்க. அவங்களுக்கு உதவியாக இருப்பேன்.”

அவள் அப்பாவுக்கு உடல் நிலை கெட்டது. செண்பகா இரண்டு நாள் அலுவலகம் வரவில்லை. அவர் அலுவலகம் சென்று விசாரித்தார். அவள் அப்பா ஆஸ்பத்திரியில் இருந்த செய்தியை அவர் அறிந்தார். இடத்தை விசாரித்து அறிந்துகொண்டு, அவர் அங்கு போய்ச் சேர்ந வேளையில், அவர் படுக்கையைச் சுற்றி செண்பகாவும், அவள் சகோதரிகளும், அழுதுக்கொண்டு நின்றிருந்தார்கள். அம்மா என்று தோன்றுபவள் அப்பாவின் தலை மாட்டில் உட்கார்ந்து அழுதுகொண்டிருந்தாள். அப்பா ஸ்மரணை அற்ற ஸ்திதியில் இருந்தார். அவர் முகம் மட்டும்

தெரிய இருந்தது. நெருப்பை அவிழ்த்தது மாதிரி முகம். கரிந்து போயிருந்தது. அவரைப் பார்த்துச் செண்பகா அதிகம் அழுதாள். அன்று மாலையிலேயே அப்பா காலமானார்.

குமாரசாமி அலுவலகத்தில், ஐநூறு ரூபாய் கடன் வாங்கினார். 1968ஆம் ஆண்டில் ஐநூறு ரூபாய் பெருந்தொகை என்பதில் இரண்டாம் கருத்து இருக்க முடியாது. “குடும்பத்தில் ஆண்பிள்ளை இல்லையே என்கிற குறையை நீக்கி விட்டாய்” என்று செண்பகாவின் அம்மாவே, குமாரசாமியிடம் சொன்னாள். அந்த ஐநூறு ரூபாய்ப் பணத்தில் செண்பகாவின் அப்பா தன் இறுதிப் பயணத்தை மிக கௌரவமாக மேற்கொண்டார்.

குமாரசாமி, அண்ணா மேம்பாலத்தை அடைந்து, அர்த்தம் இல்லாத குதிரை வீரன் சிலையின் கீழ் நின்றார். புற்கள் ஓரளவு செழித்திருந்தன. கவனிப்பார் இருந்தால் இந்த இடத்தை மிக அழகாக ஆக்கியிருக்க முடியும். சற்றுத் தள்ளி பெரியார், உடைசல் வண்டிகளுக்குப் பக்கத்தில் காவல்காரரைப்போல அனாதவராய் நின்றார். அந்த இடமும் அழகான பூங்காவாக இருக்கலாம். ‘வேண்டியது அக்கறை...’

செண்பகாவுக்கு அடுத்த ஆறாம் மாதம் திருமணம் நடந்தது. மிகவும் மகிழ்ச்சியோடு அவள் அவருக்குக் கல்யாணப் பத்திரிகை கொடுத்தாள்.

“நீங்கள் அவசியம் கல்யாணத்துக்கு வரவேணும். அம்மா உங்களை எதிர்பார்க்கிறாங்க” என்றாள் செண்பகா. மணமகன் தூரத்து அத்தை மகன் என்றாள் அவள். மிராசுதாராம் அவர். மகிழ மரத்தின் அடியில் அவர்கள் நின்றுகொண்டிருந்தார்கள். மலர்கள் நிழற்குடையின் மேலும் மண்ணிலும் சிந்திக் கிடந்தன. காலை முதிர்கிற நேரம். ஆபீசுக்கான பஸ் இன்னும் வரவில்லை. கல்யாண ஜவுளி எடுக்க, மாப்பிள்ளை வீட்டார் காஞ்சிபுரத்துக்கே போகிறார்களாம். நாளை லீவ் போட்டுவிட்டு அவளும் போகப் போகிறாளாம். அவள் மிக மகிழ்ச்சியில் இருந்ததைக் கவனித்தார் குமாரசாமி. பஸ் வந்தது. அவள் ஓடிப் போய் ஏறினாள்.

“நீங்க வரலையா?” என்றாள் செண்பகா ஓடிக்கொண்டே.

“நீங்க போங்க, நான் ஒரு நண்பரை எதிர்பார்க்கிறேன் என்று விட்டு அவர் அங்கேயே நின்றார். எத்தனை நாழி என்று அறியாது மதியம் வரை அங்கேயே நின்றார். அவரை அறியாது அவர் கண்களில் நீர் கசிந்தது. துடைத்துக்கொண்டார். தொண்டை வறண்டிருந்தது. அருகில் இருந்த ஒரு பெட்டிக்கடைக்குச்

சென்று சோடா குடித்தார். சில்லறை கொடுக்க பர்சை எடுத்தார். ரூபாயைக் கொடுத்து மீதி சில்லறையை வாங்கிப் பர்சில் போடும்போது அந்த ஒற்றை மல்லிகையைக் கண்டார். சருகாகி மடித்து ஆனால் வெகு பத்திரமாய் ஓர் அறைக்குள் இருந்தது. அத்துடன் பழைய பஸ் டிக்கட்டுகளும் கிடந்தன. அவைகளை எடுத்துக் கீழே போட்டார். காலாவதியான டிக்கட்டுக்களை பைத்தியங்கள்தான் வைத்திருக்கும்.

குமாரசாமிக்கு உரக்கச் சிரிக்க வேண்டும் போல் இருந்தது. என்றைக்கோ நடந்து போன ஓர் அற்ப விஷயத்தைக் குறித்து இவ்வளவு யோசிக்க வேண்டுமா? ஆனாலும் அவை அனிச்சை செயல்களாகவே அல்லவா நிகழ்கிறது? கோடை காலத்தில் குளத்திலிருந்து எழும் ஆவி மாதிரி இந்த எண்ணங்கள் செண்பகாவுக்குப் பிறகு, அவர் வேறு யாருடனும் ஏமாற வாய்ப்பில்லாமல் போனது குறித்து அவர் எப்போதும் மகிழ்ச்சியடைவார். தான் ஏமாந்து போய் விடவில்லை என்றும், செண்பகாவேகூட ஏமாற்றுக்காரி அல்ல என்றும், சூழ்நிலையே ஒரு மனிதரை இப்படியெல்லாம் பாத்திரமேற்கச் செய்து, வசனம் பேச வைத்து விடுகிறது என்றும் அவர் பல சமயங்களில் நம்பினார்.

மதியத்தை நெருங்கிக்கொண்டிருக்கும், வெயிலற்ற அந்தக் காலைப் பொழுது ஒரு செடி வளர்வது மாதிரி வளர்ந்துகொண்டிருந்தது. தரையில் விழுந்த மீன் தண்ணீருக்குள் வந்த மாதிரி அவர் அந்தப் பொழுதை அனுபவித்தார். செண்பகாவுக்குத் திருமணமான கொஞ்ச காலத்துக்கு உள்ளேயே அவருக்கும் கல்யாணம் ஆயிற்று. யசோதை மனைவியாக வந்தாள். குழந்தைகள் வந்தார்கள். உடம்புச் சதை வந்தது. காதோரம் நரை வந்தது. வாயுத் தொல்லை வந்தது. எல்லா விஷயத்துக்கும் தத்துவபரமான சிந்தனைகள் வந்துவிட்டன.

ராதாகிருஷ்ணன் வீதி வழியாகக் கடற்கரை நோக்கி நடையைத் திருப்பினார். கிழக்குத் திசை வழி அவர் நடந்தார். உலக நாடுகள் எதையும் அமைதியாக வாழ விடுவதில்லை என்று உறுதிபூண்டு வாழும் அமெரிக்க நாட்டு அலுவலகம் கடந்து, நடைபாதை வழியாகவே நடந்தார். நாம் காலத்துக்குக் கட்டுப்பட்ட மனிதர் அல்ல என்றும், நாம் எங்கும் செல்ல அல்லது செல்லாமல் இருக்க, சுதந்திரப்பட்டவர் என்றும் ஒரு நினைவு அவருக்குத் திடுமென தோன்றவும், தாம் மிகுந்த பலம்கொண்டு விட்டவர், தாமே ஒரு சர்வாதிகாரி அல்லது தாமே அனைத்தும் தானாகிவிட்ட சந்நியாசி என்றும் பாவிக்கத்

தொடங்கினார். இந்த நினைவு கொடுத்த புத்துணர்ச்சி அவரை நிமிர்ந்து நிற்கச் செய்தது. அவரை இளமைப் பருவம் எய்தச் செய்தது. அவரது காலடியில் சிந்திக் கிடந்த காம்பவுண்டுச் சுவருக்கு உள்ளிருந்த மஞ்சள் அரளி மரத்தின் பூக்கள் அவருக்குப் பூக்களாகத் தோன்றாமல் நட்சத்திரங்களும் உலகங்களும் இணைந்த பிரபஞ்சமாகவே தோன்றியது. அவர் உலகத்தின் தலைவர்! அவரே பிரஜாபதி!!

அட! ஒரு பகல் நேரப் பொழுது இப்படி ஆனந்தமயமாகவா இருக்கும்? இதை அறியாமல் எத்தனை காலங்களை அவர் வீணடித்து விட்டார். அவர் வானவில்லை பிடித்து விட எண்ணி மாடிப்படி ஏறிய அறிவிலி, தொடுவானத்தைத் தொட்டு விட நினைத்துப் பரிசல் ஓட்டிய மூடர். அதெல்லாம் பழைய கதை.

விவேகானந்தர் இல்லத்தை ஒட்டி, அவர் ஓய்வு நேரப் புரூஃப் திருத்தும் வேலை செய்யும் தமிழ்க்கடல் பதிப்பகம் இருந்தது. அதன் உரிமையாளர் கோபாலனைப் பார்க்க வேண்டும் என அந்தக் கணம் தோன்றியது. நினைவை உடனே செயல்படுத்த ஆரம்பித்தார். குமாரசாமியை அந்த நேரத்தில் அவர் பார்க்கவும் மிகுந்த ஆச்சரியப்பட்டார்.

"என்ன ஓய், என்ன இந்த நேரத்தில்! எப்போதும் ராத்திரிகளில் தானே வருவீர். இன்றைக்கு ஆபீஸ் இல்லையா?" என்றார் கோபாலன்.

குமாரசாமிக்குக்கூட கோபாலன் முகத்தைப் பகலில் பார்ப்பது விந்தையாகவே இருந்தது. கோபாலனை கறுப்பு நிறத்தவர் என்று அவர் இது காறும் நினைத்திருந்தார். ஆனால் அப்படி இருக்கவில்லை அவர். செம்பழுப்பு நிறத்தில் அவர் இருந்தார். மடிப்புக் குலையாத சட்டையும், தலைமுடியுமாக அவர் இருந்தார். இது ரொம்ப விசேஷமான காட்சியாகக் குமாரசாமிக்கு இருந்தது. மனுஷர்களைக்கூட காலம் அல்லாத காலத்தில் அல்லவா அவர் பார்த்து வந்திருக்கிறார். கடைப்பையன் டீ வாங்கி வந்து அவர்களுக்குத் தந்தான். அந்தப் பதிப்பகத்தையும், சுவரை மறைத்து அடுக்கி வைக்கப்பட்டிருந்த புத்தகங்களையும் முதன் முறை பார்ப்பவரைப்போல அவர் பார்த்தார். பெரும்பான்மையானப் புத்தகங்களை அவர் புரூஃப் பார்த்திருக்கிறார். அந்த நீள நீளமான பேப்பர்களில் அவர் சீர்திருத்திய அச்சுப் பிரதிகள்தாம் புத்தகங்களாக உருவெடுத்துள்ளன.

"என்ன குமாரசாமி. இன்னைக்கு ஆபீசு போகவில்லையா?"

“என்னோட வேலை பார்த்த அடைக்கலாசாமின்னு ஒருத்தர் திடீர்னு காலமாயிட்டார். அதனாலே, ஆபீசு விடுமுறை.”

“அடடா...”

புத்தகம் வாங்க ஒன்றிரண்டு பேர் வந்தார்கள். அவர்களை வேடிக்கை பார்த்துக்கொண்டு அமர்ந்திருந்தார் அவர். ஒருத்தர் “ஜே. கிருஷ்ணமூர்த்தி இருக்கிறதா? என்றார். இரண்டாமவர் மாமிசச் சமையல் புத்தகம் வாங்க வந்திருந்தார். எல்லாமே தேவையாகத்தான் இருக்கிறது. தத்துவம், ஆன்மிகம், இலக்கியம், அரசியல், ஊறுகாய், கோழிப் புலவு, எல்லாம்! அவ்வளவையும் தின்றுதான் மனுஷன் ஜீவிதம். அவ்வளவும் சேர்ந்ததுதான் வாழ்க்கை. அது அம்மன் கோயில் பிடாரி. உடுக்கை, கற்பூரம், சாராயம், ஆட்டு இரத்தம், சுருட்டு, முருங்கைக் கீரை, எல்லாம் பார்க்கப் படு தமாஷ், குமாரசாமி சிரித்தார்.

“என்ன திடீரென்று?” என்றார் கோபாலன்.

“மன்னிக்கணும். ஒன்றுமில்லை.”

“ஒன்றுமில்லாததற்கு என்ன சிரிப்பு?”

“ஒன்றுமில்லை என்று கண்ட பிறகு, சிரிப்பு.”

கோபாலனும் சேர்ந்துகொண்டார். இருவரும் மாறி மாறி ஒருத்தரைப் பார்த்து ஒருத்தர் சிரித்துக்கொண்டே இருந்தார்கள். ஆஃபீசில் கிளார்க் வேலையில் புதிதாகச் சேர்ந்திருந்த இளம் பெண், மருண்டு போய் அவர்களைப் பார்த்தார். அப்புறம் கோபாலன் சொன்னார்.

“நான் உமக்குக் கொஞ்சம் பணம் தரவேண்டும். இப்போதைக்கு இருநூறு தர்றேன் குமாரசாமி. வேலை அதிகமாகிட்டிருக்கு. நீர் வீட்டில் இருந்துகொண்டே புரூப் பார்த்துக் கொடுமே. உம்ம ஆஃபீசில் என்ன சம்பளம் பெரிசா கிழிக்கப் போறான்கள். அதற்கு மேலே நான் தர்றேன்.”

கோபாலன் கொடுத்தப் பணத்தை வாங்கிப் பர்சில் வைத்துக்கொண்டார்.

“உம்ம பெரிய பொண்ணுக்கு டி. வி. கே.யில் சொல்லச் சொன்னீரே அது கிடைச்சுடும்போல இருக்கு. அடுத்த வாரத்தில் அவள் வேலைக்குப் போயிடுவாள். அதுக்கு நான் ஆச்சு. தொடக்கத்திலே ஆயிரம் சம்பளம் வரும்”

“எல்லாம் உங்க பெரிய மனசு.”

“இரும்யா. செட்டியார் மெஸ்லேந்து பிரியாணி வாங்கிவரச் சொல்றேன். சாப்பிட்டுட்டுப் போவீரா.”

இருந்து சாப்பிட்டுவிட்டுக் கிளம்பினார் குமாரசாமி.

ஒரு பிடுங்கி உத்தியோகம் குமாரசாமிக்கு. வெள்ளைக்காரன் காலத்திலிருந்து அந்த கம்பெனி புகழ் பெற்று வந்திருக்கிறது. அதன் ஸ்தாபகர் வெகு ஆசார சீலராயும், வெள்ளைக்காரன் காலா காலத்துகும் ஆட்சி செய்ய வேண்டும் என்ற கருத்துடையவராகவும் இருந்தார். அதனாலேயே அவர் கம்பெனியும், அவரும் மேன்மையுற்றார்கள். அந்தக் காலத்தில் பட்டைக்கிராம்பு, வால்மிளகு முதலான பல பொருள்களை அவர்கள் மேனாட்டுக்கு அனுப்பிக்கொண்டிருந்தார்கள். ஸ்தாபகர் ‘இறைவனடியை’ச் சேர்ந்த பிறகு, அவர் மகன், லண்டனில் படித்தவன், அவர் நாற்காலியில் வந்தமர்ந்தான். கற்பாறைகளைப் பிளந்து பாலீஸ் போட்டு மேல் நாடுகளுக்கு அனுப்பிக்கொண்டிருந்தான். இந்தியப் பெண்களைத் தவிர எல்லாவற்றையும் மேல் நாட்டுக்கு அனுப்பி பணம் பார்த்தான். இத்தொழிலுக்கு மேல் நாட்டுக்குப் போய் படிக்க என்ன இருக்கிறது என்று குமாரசாமிக்கு விளங்கத்தான் இல்லை. புதிய தலைமுறை அப்பாவைத் தாண்டியது உண்மை. ஸ்தாபகருக்காவது வெள்ளைக்காரன் தெய்வமாக இருந்தான். மகனுக்கோ, ஆள்பவர்கள் மற்றும் எதிர்கட்சிக்காரர்கள் அனைவரும் வழிபடும் கடவுளாக இருந்தார்கள். அடையாற்றுக்கு அருகில் அவனுக்குச் சொந்தமான ஒரு பெரிய வீடு, வியாபார விஷயங்களுக்காக என்றே அவன் வைத்திருந்தான். அங்குதான் அரசியல் தலைவர்கள், ஏதோ ஒரு வகையில் சமூகப் பணியாற்றும் ஸ்திரிகள் ஆகியோரை அவன் சந்தித்தான். அவன் செய்கிற தகிடு தத்தங்களுக்கும் அவர் பொறுப்பேற்க முடியாது. அவருக்கு மாசம் பிறந்தால் ஒழுங்காகச் சம்பளம் வந்து விடுகிறது. அழுக்குப் பஞ்சுகளைக்கூட அவன் விற்கிறான். ஆனால் அவருக்குத் தரும் சம்பள நோட்டுக்களில் அழுக்கில்லைதான். என்றாலும் இந்தப் பகல் பொழுது இவ்வளவு அழகாகவா இருந்துத் தொலைக்கும்?

காலையில் அலுவலகத்துக்குள் நுழைந்துக்கொண்டால் செயற்கைக் குளிர்ப்பதன அறையின் சில்லிப்புத் தாக்க, இயற்கைப் பகல் வெட்ப தட்பசீதோஷ்ணங்களை அறியாது அவருக்கு வரும் கோப்புக்களில் அவர் கவனம் புதைக்கப்பட்டு விடுகிறது. ஆஃபீசை சுற்றிய மரங்களில் பறவைகள் இருந்தன. கண்ணாடிக் கதவுகளால் மூடப்பட்ட அலுவலகம் ஆனதால் அவைகளின் சத்தங்கள் கேட்பதில்லை. தயிர்க்காரியின் குரல்

அனுமதிக்கப்படுவதில்லை. மனுஷ வாழ்க்கையே கல்லறைக்குள் புதையுண்டதுபோல அல்லவா ஆகிவிடுகிறது.

கோப்புக்குள் மாட்டுச்சாணத்தை நினைவுப் படுத்தும் காகிதக் குப்பைகளால் ஆன கோப்புகள் முகம் தெரியாத யாரோ ஒருத்தருக்கு ஆணோ பெண்ணோ, யாருக்கோ வாயு பிரிவதற்காக, பெருங்காயம் சேகரித்தக் கோப்பாக அது இருக்கும். முதலாளி, யாருக்கோ பகிங்கிரமாகவோ, ரகசியமாகவோ கொடுத்த கறுப்புப் பணத்தை வெள்ளையாக்கும் கோப்பாக அது இருகும். முப்பத்து மூன்று வருஷங்கள் ஸ்தாபனத்துக்கு உழைத்து, டி. பி. நோயினால் அவஸ்தைப்படும் பாண்டுரங்கத்துக்கும் பண உதவி செய்யலாமா வேண்டாமா? சட்டத்தில் இடம் உண்டா என்று கேட்டு வருகின்ற நன்றிக் கெட்டத்தனமான கோப்பாக இருக்கலாம். ஏதாவது ஓர் இழவு கோப்பு. சம்பந்தம் இல்லாத முட்டாள்தனமான, மனுஷத்தனம் அற்ற கோப்பு. அதுக்காகப் பொன்மயமான உலகத்தை என்னத்துக்கு இழப்பது.

அடைக்கலசாமி செத்துப் போனார். அவர் நாற்காலியில் யார் உட்கார்வார்கள்? அதற்கென்றே ஒருவன் பிறந்து வந்திருப்பான். அவன் வந்து அந்த இடத்தைப் பூர்த்தி செய்வான். பல வருஷங்கள் அந்தக் கோப்புக்களைப் புரட்டுவான். மதியம் ஆறிப் போன சோற்றைத் தின்று விட்டு, சிறுநீர் கழித்து விட்டு வந்து உட்கார்ந்து கோப்பைப் பார்த்து, பின் அவனும் செத்துப் போவான். அப்புறம் அந்த இடத்தில் மற்றும் ஒருவன் குமாரசாமியும் ஒரு நாள் செத்துப் போவார். மாரடைப்பு? பேதி? புற்று நோய். பாத்ரூமில் வழுக்கி விழுந்து கால் உடைப்பு? ஏதோ ஒரு வழி மரணம் வரும். நோட்டீஸ் போர்டில் நாலு வரிச் செய்தியாக தொங்கும்.

'ஒரு வருத்தத்துக்கு உரிய செய்தி, நம் அலுவலகத்தில் கடந்த இருபத்தெட்டு ஆண்டுகள் பணி புரிந்த உதவிக் கண்காணிப்பாளர் திரு குமாரசாமி நேற்று இரவு படுக்கையில் உறங்கியபடியே மாரடைப்பால் காலமானார். அன்னாரின் மறைவுக்காக, இன்று அலுவலகம் விடுமுறை விடப்படுகிறது. திரு. குமாரசாமியின் ஆத்மா சாந்தியடைய அனைவரும் பிரார்த்திப்போம். — இப்படிக்கு மணிபால் சாத்தே கும்பெனி நிர்வாகம்!'

ஊழியர்கள் சந்தோஷமாய் ஆட்டோ, பஸ் பிடித்து அவரது உடலைப் பார்க்க வருவார்கள். கும்பெனி பெயர் எழுதிய மலர் வளையம் கொண்டு வருவார்கள். (என்ன அநியாயம், அடைக்கலசாமிக்கு வாங்கறச்சே மலர் வளையத்தோட விலை பதினைந்து ரூபாய், குமாரசாமிக்கு வாங்கப் போனா இருபது

ரூபாவா) அப்புறம் சிலர் வீட்டுக்குப் போய் அரிதாய்க் கிடைத்த விடுமுறையை உறங்கிக் கழிப்பார்கள். சிலர் சினிமாவுக்குப் போவார்கள். அதனால் என்ன? குமாரசாமி செத்துப் போனால் சூரியன் உதிக்காதா? மனுஷர்களுக்குப் பசிக்கக்கூடாதா? இயற்கை உபத்திரவங்கள் இருக்காதா?

வழக்கத்துக்கு மாறாக, மூன்று மணிக்கே வீட்டுக்கு வந்த கணவனை அதிசயமாகப் பார்த்தாள் யசோதை. அவருக்கும் அவள் அதிசயமாகத் தோன்றினாள். தலைவாரிக்கொண்டிருந்தாள் போலும். ஒரு கையில் சீப்பு இருந்தது. ஒரு பக்கத்து கூந்தல் வாரப் பட்டு, மறுபக்கம் விரித்துப் போடப்பட்டுக் கிடந்தது. ஸ்நானம் செய்திருந்தாள்போலும். சந்தனசோப்பின் வாசனை, படர்ந்துகொண்டிருந்தது.

"என்ன இவ்வளவு சீக்கிரம்."

"அடைக்கலசாமி செத்துப் போய்ட்டார்."

அவள் யோசித்துவிட்டுச் சொன்னாள்.

"யார்? நம்ம வீட்டுக்குக்கூட வந்திருக்கிறாரே கிறிஸ்துவர்?"

"அவர்தான்."

"நாளைக்கு ஆஃபீஸ் இருக்கா?"

அவர் கைலியை முடிந்துகொண்டே சொன்னார்.

"அவங்களுக்கு இருக்கும்."

"அவங்களுக்குன்னா?"

"எனக்கில்லை."

"அப்படின்னா?"

"நான் இனிமே ஆஃபீஸ் போகப் போறதில்லை."

அவர் பாத்ரூம் போய்விட்டு வந்து அவளைப் பார்த்துச் சொன்னார்.

"ஏன்னு அப்புறம் சொல்றேன். இந்தா?" என்றபடி இருநூறு ரூபாய் பணத்தை, அவளிடம் சேர்த்தார். அறைக்குச் சென்று மேசைக்கு முன் அமர்ந்து, கும்பெனிக்கு ராஜினாமா கடிதம் எழுதி முடித்தார். எல்லையில்லாத அமைதி அவரைச் சூழ்ந்தது.

1991

❖

வெளியேற்றம்

இருட்டு.

வெவ்வேறு காலத்தில், வெவ்வேறு காரணங்களுக்காக வெவ்வேறு மதாசாரியார்களால் எழுதப்பட்டதை அதை போடாமல் விழுங்கி, செரிக்க முடியாமலும், வெளியேற்ற முடியாமலும் அவதிப்படுகிற மதவாதிகளின் மனங்களைப்போல உலகம் இருண்டு கிடக்கிறது என நினைத்துக் கொண்டார் ஆத்மானந்தா. கறுப்புக் கைக்குட்டைக்குள் சுருட்டப்பட்டத் தாயக்கட்டைகளைப்போல மடமும், மடத்துடன் இணைந்த கோயிலும், நந்தவனமும் இருட்டுக்குள் ஆழ்ந்துக் கிடந்தன.

சகலமும் இருண்டு இருட்டுடன் சங்கமமாகி, இருட்டே எங்கும் வியாபித்துக்கொண்டிருந்த நள்ளிரவு. ஆத்மானந்தா, நந்தவனத்தின் ஊடாக நடந்து அதன் முடிவில் இருந்த மடத்தின் பின்புறக்கதவை அடைந்தார். சம்பங்கி, இருட்டைப் பிளந்துக்கொண்டு வாசனையை வாரி இறைத்துக்கொண்டிருந்தது. அது, அவரே உருவாக்கிய நந்தவனம். அவர் பட்டத்திற்கு வரும் முன்பு, கட்டாந்தரையாக, கள்ளியும் சப்பாத்தியும், முளைத்துக் கிடந்த பாலை நிலம் அது. பெரியவரின் நடமாட்டம் சுருங்கிய பிறகு, மடத்துத் தம்பிரான்களும், அதிகாரிகளும், சுபாவமாக ஏற்றுக்கொண்ட அலட்சியம் காரணமாக, வனம் பாலையாயிற்று.

அதைத் திருத்திச் செடிகளையும், மரங்களையும் உருவாக்கவும்கூட அவர் மிகவும் போராட வேண்டியிருந்தது, இப்போது அவர் நினைவுக்கு வந்தது.

ஆத்மா, தனக்குள் சிரித்துக்கொண்டு, புறக்கடைக் கதவைத் திறந்ததும், வராகநதிப் படிக்கட்டில்தான் காலை வைக்க வேண்டி வரும். மடத்துத் துறவிகளுக்கென்று கட்டப்பட்ட படித்துறை அது. வைகறையில், யாரும் காணும் முன்பே, துறவியர் ஸ்நானம் செய்து மீள வசதியாகக் கட்டப்பட்ட துறையும், அதை அடுத்து தியான மண்டபமும், ஆத்மா வந்த பிறகு தனியாக, மறைவாகக் குளிக்கும் வழக்கத்தை ஒழித்தார். பொது மக்கள் நீராடும் துறையிலேயே, தம் ஸ்நானத்தை வைத்துக்கொண்டார். அதுவும் அப்போதைய மடத்து முதல் அதிகாரியாய் இருந்த ரகுராமனால் ஆட்சேபிக்கப்பட்டது ஆத்மாவின் நினைவுக்கு வந்தது.

"சுவாமி முன்பிருந்த சுவாமிகள் அனைவருமே படித்துறையில்தான் நீராடினார்கள். தாங்களும் அவ்வாறு செய்வதுதான் உத்தமம்" அதுக்கு ஆத்மானந்த சுவாமி சொன்னார்.

"அது அவர்கள் சௌகர்யம். நமக்குப் பொதுத் துறையே சௌகர்யம்."

"அப்படிச் செய்தால் பொது ஜனங்களுடன் கலந்துறவாட வேண்டியிருக்கும்."

"இருந்தால்...?"

"அது நம் க்யாதியைக் குறைக்கும். மரியாதை தாழும். பொது ஜனத்தைத் தம் அருகில் கொண்டு வைப்பது நம் கௌரவத்தையும் மேலாம் தன்மையையும் தாழ்த்தும்."

"ஜனங்களுக்காகக் காவி ஏற்றுக்கொண்டு, ஜனங்களுக்காக என்று வந்து விட்ட பிறகு, ஜனங்களை ரெண்டாம் படியில் வைப்பது என்ன நியாயம்? அதன் பொருட்டு நம் கௌரதை தாழும் என்றால், தாழட்டுமே..."

ரகுராமன், நெற்றியில் சுருக்கம் தோன்ற தம் பேச்சை நிறுத்திக்கொண்டார்.

ஆத்மா, தியான மண்டபத்தில் நதியைப் பார்த்தபடி அமர்ந்தார். கறுப்புச் சிலேட்டில் எழுதி அழித்தது மாதிரி, வராக நதி, மெல்லிசாக ஓடிக்கொண்டிருப்பது தெரிந்தது. தை

முதல் வாரத்திய காற்று அவர் சிகைகளைப் பறக்கடித்தது. உடம்பு சந்தனம் பூசினாற்போலக் குளிர்ந்தது.

வராக நதியும் வறண்டுதான் போயிற்று. ரொம்பக் காலம் ஆகவிடவில்லை ஆத்மானந்தர் பட்டத்திற்கு வந்து. ஐந்து ஆண்டுகள்தானே முடிந்திருந்தன! அந்தக் காலத்திற்கு முன்பு, நதி நீரால் நிறைந்திருந்தது. தென்கரையில் தென்னை இடித்து, எதிர்க்கரையில் ஈச்சை இடித்துத்தான் நதி பிரவாகம் இட்டு ஓடியது. ஒரு காலம் இந்த நதியும் வறண்டு விட்டதே... இந்த நதிக்கரையில்தான், இதே மண்டபத்தில்தான், ஆத்மானந்த சுவாமிக்குப் பட்டம் அளிக்கப்பட்டது பெரியவரால்...

பூர்வாசிரமத்தில் ஆத்மாவுக்கு ஆறுமுகம் என்பது பெயராய் இருந்தது. ஏதோ ஒரு தேய்ந்த, மங்கிப் போன கிராமத்திலே பிறந்து, ஊரில் இருந்த பள்ளியில் படிப்பை முடித்து, கல்லூரிக் கல்வியும் முடித்து வேலை தேடுதல் என்கிற விருதா வேலையில் சுற்றிக்கொண்டிருந்த ஆறுமுகத்தை, மடத்தின் விவசாயத்தைக் கார்வார் பண்ணிக்கொண்டிருந்த அவன் அப்பா, கண்ணையப்பிள்ளை பெரியவருக்கு முன்னால் கொண்டு போய் விட்டார். தன் முன் சாஷ்டாங்கமாகப் பணிந்து எழுந்த ஆறுமுகத்திற்கு ஆசீர்வாதம் பண்ணி, திருநீறு அளித்த பெரியவர் கேட்டார்.

“என்ன பெயர்?”

“ஆறுமுகம் சுவாமி.”

ஒரு கணம், அவன் முகத்தைத் தீர்க்கமாகப் பார்த்த பெரியவர், “இரு” என்றார். அது முதல், ஆறுமுகம் மடத்திலேயே இருந்தான். இடம் அவனைக் கவர்ந்ததைக் காட்டிலும், அதற்குள் பெரியவர் சேர்த்து வைத்திருந்த அருமையான நூலகம் அவனைக் கவர்ந்தது என்பதுதான் உண்மை. சநாதன தர்மங்களுக்கு எதிரி என்று அறிப்பட்ட விவேகானந்தர் வரைக்கும் அந்த நூலகத்தில் இருந்தார்கள். ஆறுமுகத்திற்கு அந்தக் காலம், பசியாறும் காலமாக இருந்தது. எடுத்த எடுப்பிலேயே விவேகானந்தர் கர்ச்சனை செய்தார்.

‘எனது இளம் நண்பர்களே! வலிமை உடையவர்களாக இருங்கள். இதுவே நான் உங்களுக்கு வழங்கும் அறிவுரை, படிப்பதை விடக் கால் பந்தின் மூலம் நீங்கள் சொர்க்கத்திற்கு அருகில் இருப்பீர்கள்! ஒவ்வொரு மனிதனின் முன்பும் இந்த ஒரு கேள்வியை நான் வைக்கிறேன். நீ வலிமை உடையவனாக இருக்கிறாயா? நீ வலிமையை உணர்கிறாயா? ஏனென்றால் உண்மை ஒன்றுதான் வலிமை தருகிறது...’

விவேகானந்தர், ஆத்மீகத்தின் மூலை முடுக்கெல்லாம் அழைத்துச் செல்வதாக அவன் உணர்ந்தான். கொஞ்சம் கொஞ்சமாக அவனுக்குள் அந்த ரசாயனம் ஏற்பட்டுக்கொண்டிருந்தது. 'வா, வந்து ஏதாயினும் வீரச் செயலைச் செய். சகோதரர்களே நீங்கள் முக்தியடையாமல் போனால்தான் என்ன? மேலும் ஒரு சில தடவை நரகத் துன்பத்தை நீங்கள் மேற்கொண்டால்தான் என்ன? சிந்தை சொல் செயல்களால் நிறைந்த புனிதம் ததும்பும் சில ஞானிகள், முழு உலகையும் தங்கள் எண்ணற்ற பயன்மிக்கப் பணிகளால் மகிழ்விக்கிறார்கள். மற்றவர்களிடமுள்ள அணு அளவு குணநலனையும், அவர்கள் பெரும் மலை போன்று விரியச் செய்து தங்கள் இதயத்தை மலரச் செய்கிறார்கள்' என்று, அவனை விவேகானந்தர் அழைக்கும் குரல், அவனுக்குக் கேட்டுக்கொண்டேயிருந்தது. அவனுக்குள் இந்த வித்து முளைத்து இலைவிடத் தொடங்குகையில் ஒருநாள் பெரியவர் அவனை அழைத்துக் கேட்டார்.

"ஆறுமுகம் எனக்குப் பிறகு, பட்டம் ஏற்று, இந்தப் பீடத்தை அலங்கரிக்க நீ முன் வருவாயா? உடன் முடிவு சொல்ல வேண்டிய அவசியம் இல்லை. நிதானமாக யோசி! இந்தப் பட்டத்திற்கு வரவேணும் எனில், நீ துறவு மேற்கொள்ள வேண்டியிருக்கும். அதுக்கு உன்னை நீ தகுதிப் படுத்திக்கொள்ள வேண்டியிருக்கும்."

ஆறுமுகம், தீவிரமாக யோசித்தான். துறவு என்பது பெண்ணையும், மண்ணையும், பொன்னையும் வெறுப்பதா? வெறுப்பவன் எங்ஙனம் துறவியாக முடியும்? தம் மக்களை நேசிப்பவன் தந்தை. குடும்பத்தை நேசிப்பவன் கணவன். உலகத்தின் அனைத்து மனிதர்களையும், மரம் மற்றும் மிருக வர்க்கங்கள் அனைத்தையும் வரம்பற்று, நிபந்தனைகள் அற்று நேசிப்பவன் அல்லவோ, துறவி! அவன் துறவியானான். ஆறுமுகம், ஆத்மானந்தனும் ஆனார்.

ஆத்மா, தன் காவிப் போர்வையை நன்கு இழுத்துப் போர்த்திக்கொண்டார். இதே இடத்தில் வைத்துத்தான் அவர், அந்தப் பாரம்பரியம் மிக்க மடத்திற்கு அதிபதியுமானார். முதல் நாளே, அவர் நம்பிக்கைகளை இடித்து நொறுக்கும் விஷயங்களை நேரில் கண்டார். பட்டமேற்பு நிகழ்ச்சிகளில் ஒன்றாக, காணிக்கை வழங்குவது நிகழ்ந்தது. நகரப் பிரமுகர்கள், அரசாங்கத்துக்காரர்கள் பெரும் தனக்காரர்கள் என்று பலரும், ஆத்மாவுக்குக் காணிக்கைகள் அளித்துக்கொண்டிருந்தார்கள். வரிசைக் கிரமத்தில் வந்திருந்த பிரமுகர்களின் காணிக்கைகளை

ஏற்றுக்கொண்டிருந்த ஆத்மாவின் கவனம், அவர் இருந்த துறை தியான மண்டபத்திலிருந்து வெகு தூரத்துக்கு அப்பால் தள்ளி மாலைகளையும் காணிக்கைகளையும் வைத்துக்கொண்டு நின்ற ஜனங்களின் மேல் விழுந்தது. நதிக்கு அந்தப் பக்கமாக அவர்கள் நின்றுகொண்டு பட்டாபிஷேகம் நிகழ்ச்சியைக் கண்டுகொண்டிருந்தார்கள். ஆத்மா, தம் முதல் அதிகாரியைத் தம்மண்டை அழைத்தார்.

"அக்கரையில் இருக்கிற ஜனங்களை அருகே அழைக்கலாமே, நாம் அவர்களையும், அவர்கள் நம்மையும் அருகருகாகப் பார்க்கலாமே."

"சுவாமி, க்ஷமிக்க வேணும். அது நடவாது. அது மரபுக்கு விரோதம் தர்மத்துக்கு விரோதம். அவர்கள் சண்டாளர்கள். சாதியில் கடையர். சுவாமிகளுடைய முகாலோபனம் அவர்களுக்குக் கிடைக்கக்கூடாது. அந்தப் பாக்கியம், இந்தப் பிறவியில் அவர்களுக்கு இல்லை."

ரகுராமையர், தன் கன்னத்தில் அறைந்ததுபோல உணர்ந்தார் ஆத்மா. அவரின் வார்த்தைகள் ஆத்மாவை உறைந்து போகச் செய்தன. மனித வர்க்கத்தில் சண்டாளர்கள், இழிந்தவர்கள் என்று எவராவது உண்டா?

ஆம் என்றால் அந்தப் படித் தரத்தை உருவாக்கின அதர்மன் யார்? ஆத்மா, அதிகாரியிடத்தில் சொன்னார்.

"நாம் அவர்களைப் பார்க்க வேணும். அனுகிரகிக்க வேணும். அவரை அருகே வரவிடுமேன்"

"அது நடவாது சுவாமி. சேரி ஜனங்களை மடத்துக்குள் விடுவது நம் ஆசாரத்துக்கு விரோதம். தர்மத்துக்கு விரோதம்."

"என்ன ஆசாரத்துக்கு, தர்மத்துக்கு விரோதம்?"

"வருண ஆசிரம தர்மத்துக்கு விரோதம். அங்ஙனம் செய்தால் மடம் தீட்டுப்படும்."

பார்வையாளர்கள் நெருக்கி அடித்து அவரின் கவனத்தைக் கலைத்தார்கள். அன்று முழுக்கவும், விழா நிகழ்ச்சிகளில் திளைத்த ஆத்மா, திடீரென்று அந்த முடிவை எடுத்தார்.

சேரி வீடுகள் இன்னும் சாத்தப்பட்டிருக்கவில்லை. கூரையின் மேல் கசிந்து எழுந்த புகை, வீடுகளில் சமையல் நடந்துகொண்டிருப்பதை உணர்த்தியது. சோமு, காற்றின் பொருட்டு, திண்ணையில் ஒரு காடா விளக்கை ஏற்றி

வைத்துக்கொண்டு படித்துக்கொண்டிருந்தான். அவனுக்கு எதிரே நிழலாடியது. நிமிர்ந்து பார்த்தான். அவனுக்கு எதிரே, காவியுடன்கூடிய ஒருத்தரை அவன் பார்த்தான். அன்று காலை பட்டமேற்றுக்கொண்ட நாற்பத்து நான்காவது பீடாதிபதிதான் தனக்கு முன்னால் நிற்கிறார் என்பதை அவனால் புரிந்து கொள்ள முடிந்தது. திடுக்கிட்டு எழுந்து நின்றான்.

"சாமி... நீங்களா?" என்றான்.

"ஆமாம்."

ஆத்மா சாவதானமாக அந்தத் திண்ணையில் வந்து அமர்ந்தார்.

"இங்க... இந்த நேரத்திலே..." என்று இழுத்தபடிச் சொன்னான் சோமு. அதற்குள் மீன் செதிலுடன் முறத்தோடு வெளியே வந்த சோமுவின் தாய், சாமியாரைக் கண்டதும் திகைத்து உள்ளே ஓடினாள். சில நிமிஷங்களில் ஒரு சிறு கூட்டம் சேர்ந்தது.

"சும்மாதான்... காலையில் நீங்க என்னைப் பார்க்க வந்தபோது கிட்டத்திலே அனுமதிக்கப்படலை இல்லையா? அதுக்குத்தான், நானே இப்போ வந்திருக்கேன்."

அந்தக் கூட்டத்தின் தலைவர்போல் இருந்தவர் சொன்னார்:

"சாமி நாங்க உங்ககிட்ட வரக்கூடாதுங்கிறதுதான் முறை. ஆனா, நீங்க எங்க கிட்டக்க வந்தது தப்பாச்சுங்களே."

ஆத்மாவுக்கு மனசு வலித்தது. அவர் மடத்துக்குத் திரும்பினார். மறுநாள் காலை ரகுராமன், ஆத்மாவை மிகுந்த சங்கடத்துக்குள்ளாக்கினார்.

"சுவாமி இப்படிச் சொல்கிறதுக்கு என்னை க்ஷமிக்க வேணும். தாங்கள், மடத்துக்கே பெரியவர். தாங்கள் நடைமுறையை, லௌகிகத்தை மீறக்கூடாது. சேரிக்கெல்லாம் போய் வருகிறதாகக் கேள்விப்பட்டேன். ரொம்பத் தப்பு. இது ஒண்ணைக்கொண்டே, நீங்கள் பட்டத்துக்கு அருகதை அற்றவர் என்று தீர்ப்பு வாங்கிட முடியும். இனிமேலும் அப்படியொத்தக் காரியத்தை செய்யப்படாது."

ஆத்மா, நம்பிக்கை இழக்கத் தயாராக இல்லை. நிலைமை மாறும் என்று நினைத்தார். முதல் காரியமாக, மடத்தின் போஜன சாலையில் மேல் சாதியார்க்கு என்று தனியாகவும், மற்றவர்க்கு என்று தனியாகவும் இருந்த பந்தியை ஒழிக்க வேணும். ஒரு பந்தியாகவே நடக்கட்டும் என்றார். ஆத்மாவின்

முதல் சீர்திருத்தம் நேரடியான எதிர்ப்பின்றி ஏற்கப்பட்டது. ஆனால், பல நாட்களுக்குப் பிறகே, மடத்தில் சாப்பிட மேலோர்களே வருவதில்லை என்பதை அவர் அறிந்தார். தொடக்கத்தில் அது திகைப்பாக இருந்தாலும், தன் உத்தரவைத் திரும்பப் பெற்றுக்கொள்ள மறுத்து விட்டார் ஆத்மா.

அப்போதுதான் ரகுராமையர், நில சம்பந்தமாக சில தஸ்தாவேஜுகளை, ஆத்மாவின் கையெழுத்துக்காகக் கொண்டு வந்தார்.

"இது என்ன?" என்றார் ஆத்மா.

"சுவாமி, நம் ஆதீனத்துக்கு இருக்கும் இரண்டாயிரம் வேலி நிலங்களில் ஐநூறு வேலியை, குத்தகைதாரருக்கும் விவசாயிகளுக்கும் கொடுத்து விடும் தஸ்தாவேஜுகள் இவை. இந்தக் குத்தகைக்காரர்கள் நம்மிடம் பல தலைமுறைகளாகக் காரியம் பார்க்கிறார்கள். தவிரவும் உழுபவனுக்கே நிலம் சொந்தம் என்று சொல்கிறார்கள். சொல்லட்டும், நாம் நடைமுறைப்படுத்திக் காட்டுவோம். ஆகவே, ஐநூறு வேலி நிலத்தை, குத்தகைகாரர்களுக்கு நாமே கொடுத்து விடுவோமே..."

பட்டம் ஏற்ற பிறகு, ஆத்மா முதல் முறையாகச் சந்தோஷப்பட்டார். மிகுந்த மகிழ்ச்சியுடன் சொன்னார்.

"ரகுராமையர், ரொம்பவும் சந்தோஷம். இந்தச் சீர்திருத்தத்தால், ஏழை ஜனங்கள் லாபம் அடைவார்கள் அல்லவா?"

"சர்வ நிச்சயமாக! பெரும்பாலான நிலங்கள், சேரி ஜனங்களுக்குத்தான்." அதற்கு மேலும் தாமதிக்காது, எல்லா தஸ்தாவேஜுகளிலும் கையெழுத்து இட்டுக் கொடுத்தார் ஆத்மா.

பக்தர்களையும், ஊர் குடி படைகளையும் ஆத்மா சந்திப்பதற்கென்று, தோட்டத்து கிணற்றுக்கு அருகில் இடம் ஏற்பாடு செய்யப்பட்டது. கிணற்றுக்கு அந்தப்புறம் ஜனங்கள் நின்று, இருந்து பேசவும், இந்தப் புறம் ஆத்மா அமர்ந்து பேசவும் சௌகர்யம் பண்ணப்பட்டது. எல்லோரையும் பார்த்துப் பேசிய பிறகே, ஆத்மா சோமுவைப் பார்த்தார்.

"சோமு... என்ன சங்கதி?"

"சௌகர்யம்தான் சுவாமி. ஒரு விஷயம் உங்களிடத்தில் சொல்ல வேணும்."

“சொல்லேன்.”

சோமு, சுற்றுமுற்றும் பார்த்துக்கொண்டான். யாரும் இல்லை என்று தீர்மானித்துக்கொண்ட பின் சொன்னான்.

“சுவாமி... இந்த ஆதீனத்திலிருந்த ஐநூறு வேலி நிலங்கள்...”

“இதுவா குத்தகைக்காரர் பெற்று சந்தோஷம் அடைகிறார்கள்தானே?”

“இல்லை, சுவாமி.”

“இல்லையா?”

“ஆம், அந்த நிலங்களை, தங்கள் ஆதீனத்து முதல் அதிகாரி, தங்கள் குடும்பத்து உறுப்பினர்களுக்கோ, மருமகள், மருமகன், மாமனார், மாமியார், சம்பந்தி சனம் இவர்களுக்கே பட்டா போட்டு மாற்றி விட்டார்.”

“அப்படியா?”

“ஆம் சுவாமி தங்கள் ஆதீனத்து அதிகாரிகளும், மடத்து அதிகாரிகளும், நீங்கள் சொல்கிற அத்தனைப் பாவங்களுக்கும் பிறப்பிடமாய் இருக்கிறார்கள். தங்கள் மடம், இரவு நேரங்களில் ஒரு விபசார விடுதி. தங்கள் மடத்து நந்தவனம் இரவு நேரத்தில் ஒரு சாராயக் கிடங்கு. உங்கள் மடத்து அதிகாரிகள், அத்தனை பேரும் பொய்யர்கள். கொள்ளைக்காரர்கள். மடத்து நிர்வாகத்துக்குட்பட்ட தென்னை மரங்களின் இளநீர் எங்கு போகிறது என்று தெரியுமா? சீர்காழியிலும், மாயவரத்திலும் இருக்கிற உங்கள் மடத்துக் காரியஸ்தர்களின் தாசிமார்களுக்குப் போய்ச் சேர்கிறது. நீங்கள் மகா மனிதன், மனிதக் கடவுள் என்றெல்லாம் பேசுகிறீர்கள். உங்கள் கூடவே அயோக்கியர்கள் சுற்றித் திரிகிறார்கள் சுவாமி. உண்மையான குத்தகைதாரர்கள் நிலத்திலிருந்து கட்டாயமாக வெளியேற்றப்பட்டு விட்டார்கள். மறுத்தவர்கள் மேலே, பொய் வழக்கு போடப்பட்டு, எங்கள் சனங்கள் போலீஸ் லாக்கப்பில் இருக்கிறார்கள். சேரியைக் கொளுத்தி விடுவதாகக்கூட உங்கள் அதிகாரிகள் மிரட்டுகிறார்கள்...”

ஆத்மா, அதிர்ச்சியடைந்தவராகச் சொன்னார்:

“எனக்கு இதெல்லாம் ஒன்றுமே தெரியாது...”

“தெரியாது என்பது எங்களுக்குத் தெரியும். அதைத் தெரிவிக்கத்தான் வந்தேன் சாமி. எனக்கு உத்தரவு கொடுங்கள்.”

சோமு சென்ற பிறகும் வெகு நாழிகை அந்தக் கிணற்றங்கரையிலேயே, ஆத்மா மனச் சோர்வுடன் அமர்ந்திருந்தார். இதை மாற்றியமைக்க வேண்டும். ஏதேனும் செய்தாக வேண்டும் என்பதை உணர்ந்தார். ஆனால் எங்கிருந்து தொடங்குவது என்பதுதான் பிரச்சினையாக இருந்தது. திருநெல்வேலிச் சமையல்காரன், காய்கறி பதார்த்த வகையில் மட்டும் நாள் ஒன்றுக்கு நூறு ரூபாய் திருடினான். அரசலாற்றங்கரையில் அவனுக்கும், ஒரு விதவை பெண்ணுக்கும் தொடுப்பு இருக்கிறதென்றும், அந்தப் பணம் அவளுக்கே போய்ச் சேர்வதாகவும் அவருக்குத் தெரிய வந்தது. ஆத்மாவுக்கு அணுக்கத் தொண்டனாக இருந்த விஷ்ணுசித்தன் ஒரு திருடன் என்பதும், காலம் சென்ற பெரியவருடைய பல ஆபரணங்களையும் அவனே திருடியவன் என்பதையும் அவர் கேள்வியுற்றார். பெரியவரின் கருணையால் அவன் சிறைக்குப் போகாமல் தப்பினான். நெல் கணக்காளர், அவர் பங்குக்குக் கலம் கலமாக, நகருக்கு வண்டி வண்டியாக, நெல் மூட்டைகளை எடுத்துச் சென்று பணம் பண்ணினார். ஆதீனத்தின் வரவு செலவுகளைப் பார்த்த கணக்காளர்கள், அது எப்போதுமே நஷ்டத்திலேயே நடப்பதாகச் சொன்னார்கள். மடத்திலிருந்து தானம் பெறுகிறவர் தொகை அதிகரித்திருப்பதாகச் சொல்லி, பலருக்கும் தரப்படும் உதவிகளைக் குறைத்தார்கள். இதுவும் கவி காளிதாசர் என்கிறவர், ஆத்மாவைச் சந்திக்க வந்தபோதுதான் அவருக்கே தெரிந்தது.

"கவிராயர் நலம்தானா" என்றார் ஆத்மா.

"இருந்தேன்" என்றார் கவி.

"அது என்ன இறந்த காலத்தில் பேசுகிறீர்களே"

கவி ஒரு கவிதையாகச் சொன்னார்.

"தமிழ்நாட்டில் பிறந்தவன் நான்; தமிழனாகத்
தமிழ்நாட்டில் வாழுதற்காய்த் தமிழ்ப் படித்தேன்
தமிழ் படித்த குற்றத்தால் வாழ்விழந்தேன்
தவிப்புற்றேன்; சோறின்றித் தளர்ந்து போனேன்
'தமிழ் காக்கும் ஆதீனம் நம்மை காக்கும்
தவறாமல்' என நினைத்தேன்; தவறு செய்தேன்
தமிழ்நாட்டில் பிறந்தமைக்காய் நாணுகின்றேன்
தமிழ் நலத்தை நினைத்து நிதம் வாடுகின்றேன்..."

ஆத்மா, கவிராயரைப் பார்த்துக் கேட்டார்.

"தங்களுக்கு மடத்து நிதி உதவி நிறுத்தப்பட்டு விட்டதா?"

"கொடுத்தால் அல்லவா, நிறுத்தப்படுவதற்கு."

கவி காளிதாசருக்கு நிதியுதவி தரப்பட்டுக்கொண்டிருப்பதாக, மடத்துப் பேரேட்டில் எழுதப்பட்டிருந்தது.

தியானத் துறையில் இருந்த ஆத்மா, வானத்து நட்சத்திரங்களைக் கண்டு, நேரத்தை அனுமானிக்க முயன்றார். மணி இரண்டரையைத் தொட்டிருக்கும் என்று அனுமானித்தார். புத்தகம் ஒன்று, பக்கங்களாகத் தன்னைத் திருப்பிக்கொண்டதைப்போல, அவரின் கடந்த கால நினைவுகள் அவரிடம் தோன்றிக்கொண்டேயிருந்தன.

எதிரே, நதிக்கரைக்கு அப்பால் கழுவப்படாத, படச் சுருளைப்போல, சேரிக் குடிசைகள் தெரிந்தன. சோமுவின் முகம் அவர் நினைவுக்கு வந்தது. களையான முகம், அக்கிரமத்தை, அதன் தோற்றுவாயிலேயே எதிர்க்கிற முகம். பொய்ம்மைகளைச் சுட்டுப் பொசுக்கியே தீருவது என்று கங்கணம் கட்டிக்கொண்ட முகம். எந்த நிலையிலும் ஏற்றுக்கொண்ட பொறுப்பில் இருந்து பின் வாங்காத முகம். அந்த முகம் சிதையில் வைக்கப்பட்டு எரியூட்டப்பட்டபோது, ஆத்மாவும் அங்கிருந்தார். 'திகுதிகு' என்று எரிந்த தீயின் நாக்குகள், சோமுவைத் தின்றதை அவர் கண்டார். கொலை செய்யப்படும் அளவுக்கு சோமு என்ன குற்றம் செய்தான்?

மடத்தில், மடத்து பூஜை காரியங்களையும், ஆதீனத்துக்குட்பட்ட கோயில்களையும் நிர்வாகம் பண்ணுகிற பொறுப்பில் நரசிம்மன் இருந்தார். சீராக மடித்துக் கட்டப்பட்ட பஞ்சக்கச்சமும் திருநீற்றுப் பொலிவும், மார்பில் ஆடும் ருத்ராட்சக் கொட்டையுமாக சீலக்காரர். அவருக்கு ஒரு பெண், கோதை என்று பெயரிட்டிருந்தார். கோதையை ஆத்மாவும் மடத்தில் வைத்து பார்த்திருக்கிறார். ஆரோக்கியம் ததும்பும் பெண் அவள். அதன் காரணமாகவே எப்போதும் எவரையும் சட்டென்று ஈர்க்கிற ரம்யம் வெளிப்படும். சவரக் கத்தியைப் போன்ற புத்திக் கூர்மையுள்ளவன் என்பதைச் சந்தித்த இரண்டு நிமிஷங்களுக்குள் கண்டுகொண்டார் ஆத்மா. நரசிம்மன், அவரிடம் சொன்னார்:

"சுவாமி, இந்தப் பெண்ணுக்கு ஒரு கல்யாணத்தைப் பண்ணி வைத்தேன் என்றால், என் கவலை ஒழியும்."

ஆத்மா அந்தப் பெண்ணைப் பார்த்தார்.

"சுவாமி என் கல்யாணத்தைப் பற்றி நான் கவலைப்படவில்லை. அப்பா என்னத்துக்கு கவலைப்படணும்?"

"இருந்தாலும், தகப்பனாருக்கு அந்தக் கவலை இருக்கத்தானே இருக்கும்."

"பல வரன்கள் வந்தன சுவாமி. எதையும் இவள் ஏற்றுக்கொள்ளவில்லை."

"எனக்குப் பிடிக்கலையே. நான் என்ன பண்ணட்டும். சேலையா, ரவிக்கையா. மாற்றிக்கொள்ள. எனக்குப் பிடிக்க வேண்டாமா?"

"படிக்க வச்சது தப்பாப் போச்சு. இல்லேன்னா, இப்படிப் பேசுமா?"

"சாமி, படிப்பின் நோக்கமே அப்பாவுக்கு நான் சம்மதம் சொல்வது தானா?"

"சாமியிடம் இப்படியா பேசுவது?"

"சாமி என்ன அந்நியரா? நம் சாமிதானே அப்பா..."

தகப்பனுக்கும் மகளுக்கும் நடந்த சம்பாஷனையை ரசித்தபடி அமர்ந்திருந்தார் ஆத்மா. இந்தப் பெண்ணும் சோமுவும் காதல் வசப்பட்டார்கள் என்பது, ஒரு நாள் நரசிம்மன் சொல்லித்தான் அவருக்கே தெரிந்தது.

"அப்படியா?" என்றார் ஆத்மா. அவர்கள் பொருத்தமானவர்கள் என்றே அவருக்குத் தோன்றியது.

"என்ன திமிர் இருந்தா, அந்த தாழ்ந்த சாதிப் பையன், என் பொண்ணுகிட்டே பழகுவான்? அவனைக் கொல்லாமே விடப் போறதில்லை சாமி..." என்றார் நரசிம்மான். கொலை வெறி, அவர் கண்களில் தென்பட்டது.

"ஏன் சோமுவுக்கு என்ன குறை? நல்ல பையன்தானே? படிப்பு, வேலை உள்ளவன். அதோடு, ரெண்டு பேருமே ஒருவரையொருவர் நேசிக்கிறார்கள். அப்புறம் என்ன?"

நரசிம்மன் எரிச்சலுடன் ஆத்மாவைப் பார்த்தார்.

"உங்களுக்கு இதெல்லாம் தெரியாது சாமி. நாங்கள் குடும்பஸ்தர்கள். சில விதிமுறைகளை நாங்கள் காப்பாற்ற வேண்டியவர்கள். ஊரும் உறவும் நாளை என்னை மதிக்க வேண்டாமா?"

இவர்கள் எதைக் காப்பாற்றப் போகிறார்களாம்? யாரிடமிருந்து? ஆத்மா, நரசிம்மனிடம் சொன்னார்.

“சோமுவுக்கு என்ன குறை? தயவுசெய்து சொல்லுங்கள். நான் தெரிந்து கொள்ள வேண்டும்”

“அவன் என்ன ஜாதி? நாம் என்ன ஜாதி? சுவாமி இதெல்லாம் பேச நல்லா இருக்கும். கறிக்கு ஆகாது”

“நரசிம்மன் உனக்கும் சோமுவுக்கும் தெய்வம் ஒன்றுதானே. உம்மைப் படைத்த தெய்வம்தானே அவனையும் படைத்தது. ஜாதி, மத, இன வித்தியாசங்கள் கடவுள் சம்மதம் என்றால், ஒரு சாதி ஆணுக்கும் பெண்ணுக்கும் மட்டும்தானே குழந்தை பிறக்க வேண்டும். மனிதர், மனிதருடன் சேர்ந்தால் பிள்ளை பிறந்து விடுகிறதே. அப்படியிருக்க, எவரும் எவருடனும் சேரலாம் என்றுதானே ஆகிறது? கடவுள் விருப்பமும் அதுவாகத்தானே இருக்கிறது. இன்னும் சொன்னால், சோமுவைத்தானே, மகாத்மா காந்தி கடவுளின் புத்திரன் என்று சொன்னார்?”

“காந்தி கிடக்கிறாரு சுவாமி, அவருக்கு என்ன? அவரை மாதிரி பிராமண ஜாதியில் சம்பந்தம் பண்ணியவங்க சுலபமா சொல்லி விடலாம். எனக்குத் தலைகீழா அல்லவா நடக்கிறது? அப்புறம், நம்ம தர்மம் என்ன ஆகிறது?”

அர்த்த ஜாம பூஜையை முடித்து, லேசான பலகாரம் உண்டு, படுக்கைக்குப் போகும் முன்னர், நந்தவனத்தில் சற்று நேரம் உலவுவது ஆத்மாவின் வழக்கமாக இருந்தது. அரவம் அடங்கிய அந்தப் பொழுதில், அவருக்கு மனம் விழித்துக் கொள்வதாய்த் தோன்றும். பகல் முழுக்க காலம் காலமாகப் பட்டத்து ஆசாரியர்கள் உட்கார்ந்து தேய்த்த பலகையில் தானும் அமர்ந்து தேய்த்து, ஒரு பண்ணையாரைப்போல, நிலக்கணக்கையும், குத்தகைக் கணக்கையும் விழுந்த தேங்காய், மாங்காய்க் கணக்கையும் பார்க்கும் படியாகி விட்டதே என்கிற குற்ற மனப்பான்மையில் புகைவதிலிருந்தும், தன்னை மீட்டுக் கொள்ளும் நேரமாக அவர் இந்தப் பொழுதை வைத்துக்கொண்டிருந்தார். ஒரு திருடனைப்போல உழைக்காமல் உண்ணும்படியாகி விட்டதே என்கிற வேதனை இந்த உலாவலில் குறைந்தது மாதிரி அவருக்குப் படும்.

வராக நதிக்கு அப்புறம் இருந்த சேரியில் நிகழ்ந்துக்கொண்டிருக்கும், பெருங்கலகத்தை அறியாமலே, செம்பங்கியும், மரிக்கொழுந்தும், முல்லையும், பூத்துக்கொண்டிருந்தன. அவற்றில் இருந்து எழும் லாகிரி மணம்,

உள்ளே படர்ந்து கிடக்கும் ஓட்டைகளைத் துடைப்பவை என்று அவருக்குத் தோன்றும். அந்தச் சந்தர்ப்பத்தில்தான் ஒரு நாள், புதரை விலக்கிக்கொண்டு சோமு அவர் முன்னால் வந்து நின்றான்.

“சுவாமி கலகம் தொடங்கி விட்டது. ஊரைக் கொளுத்திக் கொண்டிருக்கிறார்கள். என்னைத் தேடுகிறார்கள்.”

நந்தவனக் கதவைத் திறந்துகொண்டு படித்துறை வந்து சேர்ந்தார் ஆத்மா. தூரத்தில் கூக்குரல் கேட்டது. தீ எரிந்துகொண்டிருந்தது தெரிந்தது.

“கோதை எங்கே?”

“வீட்டில் அடைக்கப்பட்டிருந்தாள். இப்போது அவளைக் கொள்ளிடத்திலே இருக்கிற அவள் அத்தை வீட்டுக்கு அழைத்துச் செல்ல நினைத்துக்கொண்டிருக்கிறார்கள்.”

ஆத்மா யோசித்தார்.

“சரி நீ என் அறைக்குள் இரு. அங்கு யாரும் வரமாட்டார்கள்”

“மடத்தில் யாருமே இல்லை சுவாமி! எல்லோருமே அங்கே சேரியைக் கொளுத்திக்கொண்டிருக்கிறார்கள்.”

ஆத்மா மேலும் யோசித்துவிட்டுச் சொன்னார்.

“அப்படியானால் ஒன்று செய். கோதையை எப்படியாவது இங்கு அழைத்து வந்துவிடு. என் காரிலே பாதுகாப்பான இடம் ஒன்றுக்கு அனுப்பி வைக்கிறேன்... ஜாக்கிரதை, விடிவதற்குள் நீங்கள் ரெண்டு பேரும் இந்த ஊரை விட்டுப் போய்விட வேணும்.”

அதற்கப்புறம், ஆத்மா, எரிந்துக்கொண்டிருக்கும் குடிசைகளை நோக்கிப் போனார்.

ஆத்மா நினைத்தது ஒன்று. நடந்தது வேறு. சோமுவையும், கோதையையும் மடக்கிப் பிடித்து விட்டார்கள். எரிந்துகொண்டிருந்த ஓர் குடிசையின் நெருப்பில் சோமுவைத் தூக்கிப் போட்டார்கள். ஒரு வாரத்துக்குப் பிறகு ஆத்மா, நரசிம்மனிடம் கேட்டார்.

நரசிம்மன் என்ன இப்படிச் செய்துவிட்டீர்களே?”

“என் தர்மம் இதுதான் சுவாமி. இப்போதுதான் நான் தலை நிமிர்ந்து நடக்க முடிகிறது” என்றார். எந்தக்

கவலையும் இல்லாமல் நரசிம்மன். ஆத்மாவுக்கு அவர் பட்டம் ஏற்றுக்கொண்ட புதிதில் நிகழ்ந்த நிகழ்ச்சி ஒன்று நினைவுக்கு வந்தது. இரவு உணவை முடித்துக்கொண்டு, நந்தவனத்தில் அவர் உலவிக்கொண்டிருந்தார். மாசிப்பனி, ஊசியாய்க்குத்தியது. மாசிப்பனியும், வேசி உறவும் தீமை செய்யும்! என்கிற பழமொழி அவர் நினைவுக்கு வந்தது. சிரித்துக்கொண்டார். நம்மவர்களின் பழமொழி உருவாக்கும் திறன், அவருக்கு நகைப்பைத் தந்தது. அப்போது மல்லிகை மணம், விபரீதமான சுவையோடு, அவர் நாசிக்கு வந்தது. இருட்டைக் கூர்ந்து கவனித்தார். அழுந்த மை எழுதின கண்கள், பந்து மல்லிகை தலையில், வெற்றிலைச் சிவப்பில் நனைந்த உதடுகள், தூக்கி நிறுத்திய மார்பகங்கள், மலிவான சரிகை. அவளை உணர்த்தியது அவருக்கு.

"நமஸ்காரம் சுவாமி"

"யார்?"

"தாசிமார் தெருப்பெண்."

"வந்த காரணம்?"

"பெரிய அய்யாதான் சுவாமியைப் போய் பார் என்று சொன்னார்"

"என்ன காரணமாய்?"

அவள் சிரித்தபடிச் சொன்னாள்.

"சுவாமி சந்தோஷமாக இருக்கத்தான்."

"அம்மா, நான் உன்னை வரச் சொன்னதில்லை. எனக்கு இதில் நாட்டம் இல்லை. என்னை மன்னித்துவிடு. நீ போகலாம்."

"இது வழக்கம்தானே சுவாமி."

"எனக்கு இது வழக்கம் இல்லை அம்மணி. எனக்கு அது தேவை என்றால், கல்யாணம் செய்து கொள்வேன். ரகசியத்தில் அதை நிகழ்த்த மாட்டேன்."

அந்த நிகழ்ச்சிக்குக் காரணமாக இருந்த நரசிம்மன், அதுக்குத் தலை குனியாதது ஆத்மா நினைவுக்கு வந்தது.

கிழக்கு வெளுத்துக்கொண்டிருந்தது.

நள்ளிரவு முதல் பல மணி நேரம், தான் படித்துறை மண்டபத்திலேயே அமர்ந்திருப்பது ஞாபகத்துக்கு வந்தது. அவர் உடனடியாக ஒரு முடிவுக்கு வரவேண்டும்.

மாற வேண்டியது அவசியம் எனப்பட்டது அவருக்கு. இந்த மதம், சகல தீங்குகளுக்கும் உறைவிடம். சகல அயோக்கியர்களுக்கும் புகலிடம். எந்தக் கயமையைச் செய்தாலும், அந்தக் கயமைக்கு சாஸ்திரபூர்வமான நியாயம் கற்பிக்க முன் வருகிறது, இந்த மதம். இது மனிதனைப் பல படிகளாகப் பிரித்து தாழ்த்திற்று. அவர்களின் அறிவு வளர்ச்சியை தடுத்தது. அவர்களை அடிமைகளாக்கி வைத்தது. மூளையைச் சுரண்டியது. அடிமைத்தனம் ஒரு சுகம் என்கிற கீழ்மைக் குணத்தை நிறுவியதில் தலைமைப் பங்கு ஆற்றின மதம் இது.

இந்த ஆசாரங்களும், வருண விதிகளும் சாஸ்திர சம்பந்தம் அற்றவை. மதம் சொல்லாதவை என்பது உண்மையெனில் காஞ்சி முதற்கொண்டு காசிபீடம் வரைக்குமான சகல பீடங்கள் ஒன்றிலாவது ஒரு தாழ்த்தப்பட்டவன் மடாதிபதி ஆக முடியவில்லையே, அது எதனால்? அது திட்டமிடாது நடைபெற்ற தற்செயலா? இல்லை. இந்த வருணப்படிகளை வைத்து மனிதர்களைத் திட்டமிட்டுப் பிரித்த கயமை, இந்த மதத்துக்கே உரியது. நான் இதிலிருந்து வெளியேற வேண்டும். மீண்டும் நான் வேண்டியிருப்பது மற்றும் ஒரு மதத்துக்குத்தானே? எனினும் என்ன? எனக்காக அல்ல! அது மக்களுக்காக. ஆயிரம் ஆண்டுகளாக அவர்கள் வழிபட ஒன்று வேணும். அந்த வழிபடு பொருளை நான் பொய்யென்று சொன்னால், அதுக்கு நிகரான ஒன்றை நான் அதன் இடத்திலே நிறுவ வேண்டும். ஆகா, அதுவரைக்கும் பீடங்களே தேவை இல்லை என்று மக்கள் தாமே புறக்கணிக்கும் வரையில், ஒன்றைப் பற்றிக் கொள்வது அவ்வளவு தீங்கு தராது.

நான் மாறித்தான் ஆகவேண்டும்.

ஆத்மா, ஸ்நானத்தை முடித்தார். கை ரேகை தெரியும் அளவுக்கு வெளிச்சம் பரவி இருந்தது. தம் அறைக்குத் திரும்பி, ஆத்மா ஒரு காகித்தை எடுத்து எழுதினார்.

‘முதலதிகாரிக்கு

ஆசிகள். நான் மடத்தை விட்டும், அது சார்ந்திருக்கிற மதத்தை விட்டும் வெளியேறுகிறேன். வீடு கொளுத்தச் சொல்லாத, ஏற்றத் தாழ்வு கற்பிக்காத, குறைந்த பட்சம் மனசாட்சியைக் கட்டிக் காக்கிற ஒரு மதத்துக்கு, நதிக்கு அப்புறம் இருக்கும் மக்கள் போகிறார்கள். அவர்களுடன் நானும் சங்கமிக்கிறேன். பேரறிவும், நல்ல சங்கமும் உண்மைச்

சரணமும்கொண்ட மதம் இப்போதைக்கு என் விலாசமாக இருக்கட்டும். அந்த வீட்டையும் துறந்து, சகலத்தையும் நேசிக்கிற மனதையும் வரம்புகள் அற்ற அன்பையும் பகவான் எனக்கு அருளுவார்.

ஆசிகள்.'

ஆத்மா நடந்து, நதியைக் கடந்து இப்பக்கம் வந்து சேர்ந்தார். இருட்டு சுத்தமாக அகன்றிருந்தது.

1992

❖

கமலா டீச்சர்

கமலா டீச்சருக்கு முன்னால், அப்பா என்னைக்கொண்டு போய் நிறுத்திய நாள் இன்னும் எனக்கு ஞாபகத்தில் இருக்கிறது. அது ஒரு திங்கள் கிழமை. விடுமுறைக்கு முன் பள்ளிக்கூடம் தொடங்கின முதல் நாள். லேசாக மழை தூறிக்கொண்டிருந்தது. பள்ளிக்கூடத்தில் சேர்க்கிறேன் என்பதற்காக, அப்பா புதுசாகத் தைச்சுக் கொடுத்த புதுச் சட்டையும் புது கால் சட்டையும் மழையில் நனையக்கூடாது என்கிற கவலை எனக்கு. அப்பா குடையில் ஒண்டிக்கொண்டு, பள்ளிக்கூடம் வந்து விட்டேன். குடையிலிருந்து சொட்டிய நீர், எனது இடது தோளை மட்டும் நனைத்தது. ஆறுதலான விஷயம். புது துணிக்கும் புதுப் புத்தகங்களுக்கும் விசேஷ வாசனை இருக்கும். இரண்டுமே ஒரு வகையான வாசனையுடன் இருப்பது இன்று வரைக்கும் எனக்கு ஆச்சரியம்தான்.

கமலா டீச்சர் என்னை ஏற இறங்கப் பார்த்தார். கண்ணாடிக் குள்ளிருந்த அவர் கண்களில் மிக மெல்லிசான மை தீட்டியிருந்தார். படிய வாரி, கொண்டை போட்டிருந்தார். அவரிடம் இருந்து 'ரெமி' பவுடர் வாசனை வந்தது.

"என்ன பேர்?" என்று அப்பாவிடம் கேட்டார்.

"வைத்தி, வைத்தியநாதன்."

"கடைசி பரீட்சையில் என்ன மார்க்?"

குறைவான மார்க்தான், சொன்னேன். வெட்கமாக இருந்தது.

"ஏன் இவ்வளவு குறைச்சல்? பரவாயில்லை. இங்கே நான் பார்த்துக் கொள்வேன். பிள்ளைகளைப் படிக்க வைத்து விடலாம், கவலைப்படாதீர்கள். பிள்ளைகள் சரியாகப் படிக்கவில்லையானால், அது வாத்தியார்களுடைய குற்றம்தான்."

கமலா டீச்சர் என் மனசுக்குள், அந்த கணத்தில் வந்து உட்கார்ந்துகொண்டார். 'என்னது... இந்த மார்க்கைச் சொல்ல உனக்கு வெட்கமாக இல்லை. மண்டையில் இருப்பது மூளையா? களிமண்ணா?' என்றுதான் வாத்தியார்கள் என்பவர்கள் சொல்வார்கள். டீச்சர் என்னை விட்டுக் கொடுக்காமல் பேசியது, எனக்கு மிகுந்தத் தெம்பைத் தந்தது. அந்த நிமிஷம் எனக்கு அந்தப் பள்ளிக்கூடம் பிடித்துப் போய் விட்டது.

தாத்தா வீட்டில் இருந்துகொண்டு புதுப் பள்ளிக்கூடத்துக்குப் போய் வந்துகொண்டிருந்தேன். வீட்டுக்குப் பின்னால் பெரிய தோட்டம் இருந்தது. ஏரிக்கரை வரைக்கும் நீண்டு செல்லக்கூடிய தோட்டம். ஓர் இலந்தை மரமும், வயசான அரச மரமும் அங்கிருந்தன. தோட்டத்தின் பெரும் பகுதியும் நிழல் செய்தது அந்த மரம். பாரம் இழுப்பவர்போல் சதா சர்வகாலமும் பெரிய மூச்சு விட்டுக்கொண்டிருக்கும் அந்த மரம். நான் அதன் கீழ் இருந்துகொண்டுதான் பாடம் படிப்பேன். வெறி பிடித்தவர் முன் பூசாரி வேப்பிலை சுற்றுவதுபோல அரசமரம் தலையைச் சுற்றிக்கொண்டு இருக்கும். இரவு நேரங்களில் அது பயங்கரமாய்க் கூச்சல் போடும். அரச மர இலைகள் மிகவும் அழகானவை. அன்று பழுத்திருக்கும் இலைகள், முனையில் காய்ந்து சுருங்கின கோவணத்துணி மாதிரி இருப்பது வேடிக்கை. நான் ஒரு புத்தகத்திற்குள் இரண்டு மூன்று இலைகளையாவது வைத்திருப்பேன். காய்ந்த இலை, செம்பழுப்பாய், கஞ்சி போட்டு இஸ்திரி போட்டதுபோல விரைப்பாய் இருக்கும். கமலா டீச்சர் ஒருநாள், இந்த அரச இலைகளைப் பார்த்துவிட்டார். என்னைப் பார்த்துச் சிரித்தார். அப்போதுதான் அவருடைய அந்த தெற்றுப் பல்லைக் கவனித்தேன். 'தங்கமலை ரகசியம்' ஜமுனாவுக்குக்கூட தெற்றுப் பல் உண்டு. அது அழகாகவே இருந்தது.

"எதுக்கு இந்த இலை?" என்று கேட்டார், கமலா டீச்சர்.

நான் மௌனமாக இருந்தேன்.

"மயில் இறகு தர்றேன், வச்சுக்கோ. குட்டிப் போடும்."

"போன வருஷம் வச்சிருந்தேன் டீச்சர். நிறைய குட்டிப் போட்டுச்சு. ஆறு மாசத்துக்கு ஒரு குட்டிப் போடும்"

"ஓ" என்றார் அவர். புருவங்களை மேலே உயர்த்திக்கொண்டு இந்தச் சின்ன விஷயம்கூட டீச்சருக்குத் தெரியவில்லையே, அதை நான் சொல்லும் படி ஆயிற்றே என்று எனக்கு சந்தோஷம்.

கிராமத்துப் பையனாகிய எனக்கிருந்தக் கூச்சத்தை, தெளிய வைத்தது, டீச்சர்தான். இங்கே இருப்பது மாதிரி சிமெண்ட்டுப் பள்ளி அல்லவே! நான் படித்த எங்கள் ஊர் தென்னங்கீற்றுப் பள்ளி இங்கே ரெட்டைச் சடை போட்ட, பெரிய பாவாடை கட்டிய பெண்கள் வேறு என்னுடன் படிக்கிறார்களே, அதோடு, அப்பா எனக்குத் தைத்துக் கொடுத்த அரைக்கால் சட்டை, உண்மையில் அரைக்கால் சட்டையாகவே இருந்தது. 'வளர்கிற பையன்' தாராளமாக இருக்கட்டும் என்று அப்பா டெய்லரிடம் சொன்னதுதான் தாமதம், டெய்லர் மார்புக்கும் முட்டிக்கும் அளவெடுப்பார். 'தொளபுளா' என்று கால் சட்டை, முக்கால் பேன்ட் என்கிற வடிவம்கொண்டு மிளிரும்— அதைப் போட்டுக்கொண்டு தெருவில் நடப்பது என்பது ஒரு மகா அவமானம்.

இது மாதிரியான ஒரு கால் சட்டையும், காமராஜர் சட்டை மாதிரி ஒரு 'தொளபுளா' சட்டையும் அணிந்துக்கொண்டு, பள்ளிக்கூடத்தில் அவமானம் பிடுங்கித் தின்ன, முடிந்தவரை ஒதுங்கியே இருப்பேன். டீச்சர் என் கையைப் பிடித்து இழுத்துக்கொண்டு போய், கபாடியில் சேர்த்தார். அதோடு, என்னை வகுப்பு மானிட்டராகவும் ஆக்கினார். வெகு சீக்கிரத்தில் கபாடி ஆட்டத்தில் வல்லவனானேன். கோட்டைத் தாண்டி வரும் எந்த பீமனையும் கோழிக் குஞ்சு அமுக்குவது மாதிரி அமுக்கிப் பிடித்தேன். மானிட்டர் வேலை என்பது அலாதியானது. பையன்களைப் பயப்படுத்தும் பதவி அது. வகுப்புக்கு வராமல் புளியந்தோப்புக்குள் புகுந்து புளி தின்கிற பையன்கள், மாந்தோப்புக்குள் மாங்காய் கொள்ளை அடிக்கும் பையன்கள், மதியத்துக்கு மேல் டிமிக்கி கொடுத்து விட்டுச் சினிமாவுக்குச் செல்லும் பையன்கள் ஆகியோரைக் கண்காணித்துப் பள்ளிக்கூடத்துக்குத் தூக்கிக்கொண்டு வருகிற வேலை என்னுடையது. கபாடி ஆட்டம் எனக்குள் இருந்த காட்டுப் பலத்தை ஒழுங்குப்படுத்திப் பயன்படுத்தும் பயிற்சியாக அமைந்தது. மானிட்டர் வேலையோ ஒரு மேற்பார்வையாளனின் ஆகிருதியை எனக்குக் கொடுத்தது. பள்ளியில் எனக்கொரு முகம் கொள்ள அனுசரணையாக அமைந்தது. கமலா டீச்சர், பையன்களுக்குள் இருக்கும் பையன்களுக்கு வாத்தியாராக இருந்தார். பெண்களுக்கும் இருக்கும் பெண்களைக் கண்டுபிடித்தார்.

கமலா டீச்சர் வீட்டுக்கு ஒரு நாள் போயிருந்தேன். ஏராளமான கட்டுரை நோட்டுகளையும் வீக்லி டெஸ்ட் பேப்பரையும் எடுத்துக்கொண்டு நான் அவர் பின்னால் அவர் வீட்டுக்குப் போனேன். குதிரை வண்டிப் பேட்டைக்குப் பக்கத்தில் அவர் வீடு இருந்தது. குதிரைகளில் இருந்து வரும் பச்சிலை வாசனை, சுவாசிக்க மிகவும் ரம்மியமானது. கமலா டீச்சர் வீட்டில் அவர் அப்பாவும், அம்மாவும் இருந்தார்கள். டீச்சருக்கு ஓர் அண்ணன் இருந்தார். அவர் புது தில்லியில் உத்தியோகத்தில் இருந்தார். அப்பாவையும் அம்மாவையும் பராமரிக்கும் பொறுப்பு, டீச்சரைச் சேர்ந்து விட்டது என்பதைப் பின்னால் அறிந்தேன். அப்பா, சாய்வு நாற்காலியில் உரித்த கோழி மாதிரி ஒடுங்கிப் போய் இருந்தார். அவர் கையில் ஓர் ஆங்கிலப் பத்திரிகை இருந்தது. காலை மாலை எந்த நேரத்திலும் அவர் அதை வாசித்தபடி இருப்பார். அப்பாவைப்போலவே அம்மாவும் இருந்தார். அம்மா, மதியங்களில் வாசல்படியில் தலை வைத்துப் படுத்திருப்பார். காலை மாலைகளில் வாசலில் காலைத் தொங்க விட்டுக்கொண்டு தூணில் சாய்ந்துகொண்டு ஆகாயத்தைப் பார்த்துக்கொண்டு அமர்ந்திருப்பார். மேக ஓட்டத்தில் எதையோ தேடுவதுபோல இருக்கும் அவரது பார்வை. என்ன தேடினார் என்பது எவருக்கும் புரியாத புதிர்தான். என் பாட்டி, அந்த அம்மாவுக்குச் சித்தப்பிரமை. ஆகவே சமைப்பது, வீடு பெருக்குவது, முதலான காரியங்களையும் கமலா டீச்சரே பார்க்கும் படியாயிற்று.

கட்டுரை, நோட்டுகளைச் சுமந்துகொண்டு, கர்வத்துடன் நான் டீச்சருக்குப் பின் சென்று ராஜாவுக்குப் பின்னாலே செல்கிற அடப்பக்காரன் மாதிரி, என் கிளாசைச் சேர்ந்த மனோன்மணியும், ராசாத்தியும் என்னைப் பார்த்து ஏதோ கேலியாகச் சொன்னது தெரிந்தது. அது பொறாமையில் விளைந்த கேலியாகத்தான் இருக்கும். வீடு சேர்ந்தவுடன், என்னைத் தன் அறைக்குள் அழைத்துச் சென்று உட்காரச் சொன்னார் டீச்சர். மேஜையை ஒட்டிய நாற்காலியில் அமர்ந்தேன். பாயும் தலையணையும் சுவர் ஓரமாகச் சுற்றி வைக்கப்பட்டிருந்தன. மேஜை மேல், கச்சிதமாக அடுக்கி வைக்கப்பட்டிருக்கும் நோட்—புக்குகள், சுவரில் ஒரு முகம் பார்க்கும் கண்ணாடி, அதன் அருகே வைக்கப்பட்டிருந்த கேசவர்த்தினி தைலம், பச்சை ரெமி பவுடர் டப்பா, ஒரு பழங்கால மர அலமாரி, அந்த அலமாரிக்குள் இருந்த புடவைகள் என்று இவ்வளவே டீச்சரின் அறை.

"இரு" என்றுவிட்டு, வெளியே போய்த் திரும்பினார் டீச்சர். வந்து ஒரு துண்டால் முகம் துடைத்துக்கொண்டார். கொண்டையில் இருந்த ஊசிகளை ஒவ்வொன்றாக எடுத்து மேஜை மேல் வைத்து விட்டு, கொண்டையை அவிழ்த்து விட்டு, சீப்பால் வாரத் தொடங்கினார். டீச்சரின் செய்கை எனக்கு ஆச்சரியமாக இருந்தது. இது எனக்கு இயல்புபோல, நான் மேஜையில் இருந்த நோட்டுக்களைப் பார்வையிட்டபடி அமர்ந்திருந்தேன்.

"சாப்பிடறியா, என்ன சாப்பிடறே?"

"ஒன்னும் வேணாம் டீச்சர்."

"சும்மா சாப்பிடுப்பா. எனக்கும் பசிக்குது. அம்மாவும் கேட்கும்."

டீச்சர் அறையை விட்டுச் சென்று, திரும்பினார். இரண்டு தட்டுகளில் ஆவி பறக்கும் உப்புமா. கொக்கு இறக்கை மாதிரி நீள நீளமான வெங்காய சீவல்களோடு இருந்தது. நாங்கள் சாப்பிடத் தொடங்கினோம்.

"தாத்தா பாட்டியெல்லாம் நல்லா இருக்காங்களா?"

"இருக்காங்க டீச்சர்."

"அம்மாவை விட்டுப் பிரிஞ்சு வந்தது கஷ்டமா இல்லியே.?"

"இல்லே டீச்சர்."

"குட், அப்படித்தான் இருக்கணும். அம்மா அப்பாவையே சுத்திக்கிட்டு இருந்தா முன்னேற முடியாது" என்றவர் எதையோ யோசித்துக்கொண்டிருந்தார்.

"தாத்தா வீட்டிலே சந்தோஷமா இருக்கேல்லியா?"

"இருக்கேன் டீச்சர்."

"இல்லேன்னாலும் ஏற்படுத்திக்கிடணும்."

அப்புறம் டீச்சர் சொன்னார்: "வீட்டுக்குப் போகிற வழியிலே ஜாஸ்மின் வீடு இருக்கு தெரியுமா?"

"தெரியும் டீச்சர். சி கிளாஸ் ஜாஸ்மின்தானே?"

"அவதான். அவ அம்மா இருப்பாங்க. அவங்ககிட்ட, நான் கொடுத்தேன்னு இதைக் குடுத்திடணும்."

டீச்சர், அலமாரியைத் திறந்து மூன்று பத்து ரூபாய்களை எடுத்து என்னிடம் தந்தார்.

"ஜாஸ்மின் அப்பா ஒரு தச்சர். கையில் உளி செதுக்கி வேலைக்குப் போகாமல் வீட்டிலே இருக்கார். அவருக்கு நாம்மால ஆனது."

நான் பணத்தை வாங்கிக்கொண்டு புறப்பட்டேன்.

கமலா டீச்சர் கணக்கு டீச்சராகத்தான் வேலையில் சேர்ந்தாராம். அப்புறம் தமிழ், வரலாறு என்று தனித்தனியாகப் படித்துப் பாஸ் செய்தாராம். பள்ளிக்கூடத்தில் அவர் துணை ஹெட்மிஸ்ட்ரஸாக இருந்தாலும், எல்லா வகுப்புக்கும் ஆசிரியர்கள் வராதபோது, அவரே பாடம் எடுப்பார். எந்தப் பாடத்தை எடுத்தாலும், அதைக் கரைத்துக் குடித்தவரைப்போல அழகாக எடுப்பார். கணக்கோ மற்றப் பாடங்களோ வராத மாணவ, மாணவியர்களைச் சாயங்காலங்களில் வீட்டுக்கு அழைத்து இலவசமாக டியூஷன் எடுப்பார். அதற்குப் பெற்றோர்கள் பணம் கொடுக்க முன் வந்தாலும் வாங்கிக்கொள்ள மாட்டார்.

விடுமுறை தினங்களான சனியும் ஞாயிறும் டீச்சருக்கு கொள்ளை வேலை வந்து விடும். டீ கடைக்காரர் முதல் ரேஷனுக்கு விண்ணபித்தவர்கள்வரை கடிதம் எழுதவதற்கு டீச்சரிடம் வந்து விடுவார்கள். டீச்சருக்கு அவர் குடியிருந்த குதிரைக் குட்டித் தெருவிலும், அடுத்துள்ள மூன்று நான்கு தெருவிலும் உள்ள குடும்பங்களின் விவகாரம் அத்துப்படியாக இருந்தது. அஞ்சலை கட்டிக்கொண்டு புருஷன் வீட்டிற்குப் போனவள், இதுவரை காகிதமே போடாதது ஏனென்று கேட்டு அம்மா சார்பாக டீச்சரே கடிதம் எழுதுவார். ராமக்கோனார் வீட்டுப் பசு கன்று போட்டது, மரத்தடி வீட்டுப் பையன் நாலாவது முறையாகத்தான் எஸ். எஸ். எல். சி. பாஸ் பண்ணினது, ராமக்காவின் ஊரிலுள்ள நாத்தனார் பெண் கருப்பு வந்து தொந்தரவு கொடுத்த விஷயம் முதலாக, அவளிடம் படித்த பையன்கள், பெண்களின் அத்தனை பேர்களின் வேலை வாய்ப்பு, மற்றும் விவாக விஷயங்களில் மிகவும் கவனமெடுத்துக்கொண்டு, தன்னால் ஆனதை செய்துக்கொண்டே இருக்க வேண்டும் டீச்சருக்கு.

டீச்சரின் மேல் ஊர் ஜனங்களுக்கு இருந்த மரியாதையை, நானே ஒரு முறை பார்க்க நேர்ந்தது. டீ கடை கிஷ்டனுக்கு கடை வைக்க பிரசிடெண்ட், சேர்மன்வரை அலைந்து இடம் வாங்கிக் கொடுக்க உதவியவர் டீச்சர். டீச்சர் இந்த அலைச்சலின்போது என்னையும் அழைத்துக்கொண்டு செல்வார். பிரசிடெண்ட் வீட்டிலிருந்து டீச்சரும், கிஷ்டனும், நானும் திரும்பி வந்துகொண்டிருந்தோம். மார்க்கெட்டில் ஒரு

பெட்டிக்கடை வாசலில் மோட்டார் சைக்கிளுடன் வெளியூர் என்று கூறும் படியாக இரண்டு, மூன்று இளைஞர்கள் நின்றிருந்தார்கள். தமக்குள் ஏதோ சப்தம் போட்டும், சிரித்தபடி பேசிக்கொண்டிருந்த அவர்கள், கடக்கும்போது டீச்சரை சம்பந்தப்படுத்தி என்னவோ சொன்னார்கள். டீச்சரின் கொண்டை அவர்களை கவர்ந்திருக்கும் போலும். எம். ஜி. ஆர். சண்டை, பானுமதி கொண்டை என்று ஆரம்பித்து வண்டையான ஒரு வார்த்தையில் அவர்கள் முமடித்தார்கள். அவ்வளவுதான் கிஷ்டன் பாய்ந்து சென்று கறுப்புக் கண்ணாடி அணிந்த இளைஞனின் கன்னத்தைப் பார்த்துப் பேய் அறையாக ஓர் அறை அறைந்தான். அடுத்த நிமிஷம், மார்க்கெட்டின் கடைக்காரர்களும் ஜனங்களும் சேர்ந்துகொண்டார்கள்.

“எங்க டீச்சரம்மாவைப் போய் வண்டையாவா பேசறீங்க?” என்ற படி சாத்தி எடுத்து விட்டார்கள். சண்டை உச்சத்திலிருக்கும்போது கமலா டீச்சர், “போதும் போதும்” என்று அடிப்பவர்களைப் பார்த்து கத்தினார்கள். ஜனங்களுக்கு இங்கு டீச்சரே முக்கியமில்லை. அவரது கௌரவம் முக்கியமாகி விட்டது.

ஒருநாள் டீச்சர் என்னிடம் “இன்னிக்கு என்னோட வீட்டுக்கு வா” என்று சொன்னார்கள். சொல்லிவிட்டுச் சிரித்தார். அப்படிச் சிரிக்கும்போது அவர் கன்னத்தில் ஒரு கோலி குண்டை நிறுத்தும் அளவுக்குக் குழி விழுந்தது. வெள்ளை வெளேரென்று கொஞ்சமும் காவியடியாத பற்கள் அவருக்கு.

“என்ன டீச்சர் விசேஷம்?”

“வாடான்னா வா?”

அன்று மாலை பள்ளி விட்டு நானும் டீச்சருடன் அவர் வீட்டிற்குப் போனேன். டீச்சர் எப்பொழுதும் குடையைப் பிடித்துக்கொண்டுதான் நடப்பார். வெயிலோ, மழையோ இரண்டுமற்ற மாலைப் பொழுது, எப்பொழுதானாலும் அவரிடம் குடை இருக்கும். கர்ணனின் கவச குண்டலம்போல! டீச்சரை விட்டு அந்தக் குடை பிரியாது.

வீட்டில் சிறு கும்பல் ஒன்று காணப்பட்டது. வீட்டு நடுக்கூடத்தில் ஜமுக்காளம் விரித்து ஆண்களும், பெண்களும் அமர்ந்திருந்தார்கள். அப்பா சட்டைப் போட்டுக்கொண்டு, அதிசயமாகக் கையில் பேப்பரில்லாமல் சாந்தமாக அமர்ந்திருந்தார். அம்மா, வழக்கம்போல் வாசலில் காலை தொங்கப் போட்டுக்கொண்டு ஓடும் மேகங்களைப்

பார்த்துக்கொண்டு இருந்தாள். அப்பா எழுந்து டீச்சர் அருகில் வந்து மெதுவாக, "இன்னிக்காவது லீவு போட்டுட்டு வந்திருக்கலாம். மாப்பிள்ளை வீட்டார் வந்து காத்திருக்கும் படியா ஆச்சு. சட்டுன்னு காபி போட்டு, முகத்தை அலம்பிட்டு வந்து சேரு" என்றார். டீச்சர் உள்புறம் போய் விட்டார். நான் கூட்டத்தோடு அமர்ந்துகொண்டேன். சற்று நேரத்திற்கெல்லாம் டீச்சரே காபி போட்டுக்கொண்டு, புதுசாக பச்சை பட்டுப் புடவை கட்டிக்கொண்டு, ஒரு கல்யாணப் பெண்ணாக மாப்பிள்ளை வீட்டார் முன் வந்து நின்றார். நான் மாப்பிள்ளை என்பவரை, கவனித்தேன். ஆண்கள் மூன்று பேரில் இளைஞனாக இருந்தவர்தான் மாப்பிள்ளையாக இருக்கும் என்று அனுமானித்துக்கொண்டேன்.

எல்லோரும் காபி சாப்பிட்டார்கள். எல்லோரும் டீச்சரையே பார்த்துக்கொண்டிருந்தார்கள். டீச்சர் வாசல் முனையில் இருந்த தூணில் சாயந்துகொண்டு நின்றிருந்தார். அந்த நிலையில் அவரைப் பார்க்கையில் எனக்குப் பாவமாக இருந்தது. ஓர் அம்மாள், "இன்னிக்காவது லீவு போட்டுட்டு பொண்ணா லட்சணமா வீட்டோடு இருந்திருக்கலாம்" என்றார். அதற்கு டீச்சரின் அப்பா இருந்துகொண்டு, "அவளுக்குப் படிப்பும், பள்ளிக்கூடமும் முக்கியம். அவள் ஒரு டீச்சர்" என்றார்.

"படிப்பாவது, புடலங்காயாவது? கல்யாணத்திற்குப் பிறகு புள்ள பெத்து வளர்க்கவே, நேரம் சரியாப் போயிடும். எங்க வீட்டில பொம்பளைய வேலைக்கு அனுப்பி சம்பாதிக்க விடற ஆம்பிளைங்க யாரும் இல்லே"

டீச்சர் சரேலென்று எழுந்தார். "கல்யாணத்திற்குப் பின்னாலும் நான் வேலையை விடமாட்டேன்."

காலை இரண்டாம் பீரியட் நடக்கும் பொழுது அந்தச் செய்தி வந்தது. டீச்சரின் அம்மா காலமாகி விட்டார். வாசலில் காலை தொங்கப் போட்டுக்கொண்டு, ஓடும் மேகங்களைப் பார்த்தபடியே அவர் காலமானார். நாங்கள் டீச்சர் வீட்டிற்குப் போனோம். அம்மாவை வாசலில் கிடத்தியிருந்தார்கள். அப்பா அம்மாவின் தலைமாட்டில் உட்கார்ந்திருந்தார். டீச்சர் அழுது புலம்பவில்லை. அவர் கண்கள் சிவந்திருந்தன. என்னைப் பார்த்ததும் அவர் உதடுகள் லேசாக துடித்தன. இரண்டாம் நாளே டீச்சர் பள்ளிக்கூடத்திற்கு வந்துவிட்டார்.

அன்று மாலை பள்ளிகூடத்தை விட்டு நாங்கள் ஒன்றாய் கிளம்பினோம்.

"அம்மா நோவா இருந்தாங்களா டீச்சர்?"

"நோவு மனசுலதான். அம்மாவுக்கு எனக்கு கல்யாணம் ஆகலையேன்னு நோவு. அப்பாவுக்கு ஆயிடக்கூடாதேன்னு நோவு. அம்மா ரொம்ப நாளைக்கு முன்னாலேயே அவங்களை மறந்துட்டாங்க. வானத்தையே பார்க்க ஆரம்பிச்சுட்டாங்க."

சுமதி ஒன்பது 'பி'யில் படித்துக்கொண்டிருந்தாள். அழகாகச் சிரிப்பாள். ஒருமுறை என்னிடம் வரலாறு நோட்ஸ் கேட்டாள். நான் அவளிடம் ஒருநாள் "டைம் என்ன?" என்று கேட்டேன். அவள் நின்று பதில் சொன்னாள். நான் "தேங்க்ஸ்" என்றேன். நான் உடனே அவளுக்குக் காதல் கடிதம் எழுதினேன். 'வானத்து வெண்ணிலவே' என்று ஆரம்பித்தேன். இரண்டு நாட்கள் அவள் பின்னால் சுற்றி அந்தக் கடித்தத்தை அவளிடம் கொடுத்தேன். அவள் அதை வாங்கிக்கொண்டாள். அவள் அதை என் ஹெட்மாஸ்டரிடம் கொடுத்து விட்டிருக்கிறார். ஹெச். எம். என்னை அழைத்து, "என்ன இது, பொறுக்கித்தனம்?" என்றார். சீட்டு கிழிப்பது என்று முடிவெடுத்தார்கள். கமலா டீச்சர், ஹெச். எம். மிடம் மன்றாடி என்னைப் பிழைக்க வைத்தார்.

டீச்சர் என்னிடம் சொன்னார். "வைத்தி, நீ ஒண்ணும் தப்பு செய்திடலை. ஆனால், இது அவசரம். இன்னும் நிறைய பெண்களைப் பார், பழகு. அதில் ஒருத்தியைத் தேர்ந்தெடு. உன் நிலைமை உயர உயர உயர்வான பெண்கள் உனக்குக் கிடைப்பார்கள்" என்றார்.

பள்ளி இறுதி வகுப்பு முடிந்து நான் கல்லூரிக்குச் சேரப் புறப்பட்டேன். டீச்சர் எனக்கு இரண்டு சட்டையும், பேன்டும் தைத்து கொடுத்தார். முதல் முறையாகப் பேன்ட் அணியும் பொழுது நான் ஒரு முழு ஆண்பிள்ளை என்கிற எண்ணம் எனக்கு ஏற்பட்டது. செலவுக்கென்று எனக்கு டீச்சர் தனியாகப் பணம் கொடுத்தார். புறப்படும் பொழுது "வைத்தி, நல்லா படிக்கணும். படிப்புதான் மனுஷனை மனுஷனா வாழவைக்கும். நிறையப்படி! நிறைய யோசி! உனக்கு எது தேவைன்னாலும் என்னிடம் கேளு" என்றார். ஊருக்குப் புறப்படும் நாள் பஸ் ஸ்டாண்டுக்கு வந்தார். ஜன்னல் ஓர இருக்கையில் அமர்ந்து கொள்ளச் சொன்னார். வண்டி புறப்படுகையில் ஆரஞ்சும் ஆப்பிளும் கொண்ட ஒரு பையை என்னிடம் கொடுத்தார். என் வண்டி புறப்பட்டது.

என் திருமணத்திற்கு டீச்சர் வரவில்லை. வாழ்த்து மட்டும் அனுப்பியிருந்தார். பள்ளிக்கூட அட்மிஷன் நேரம் ஆகவே

வரமுடியவில்லை என்று வருத்தம் தெரிவித்து இருந்தார். தாத்தாவும் பாட்டியும் காலமாகி தாத்தா வீடும், ஊரும் எனக்கு நினைவாக மட்டுமே மாறிப் போய் இருந்தன. அந்த ஊரில் என் நெருங்கிய உறவினர் திருமணம் ஒன்று நிகழ்ந்ததை முன்னிட்டு நான் போயிருந்தேன். திருமணம் முடித்து டீச்சரைப் பார்க்க அவர் வீட்டிற்கு நான் சென்றிருந்தேன். டீச்சர் இருந்த வீடு மாணவிகள் விடுதியாக மாறியிருந்தது. ஒரு வீட்டின் மாடியில் டீச்சர் வாடகைக்குக் குடியிருந்தார். என்னைக் கண்டதும் "வா, வா வைத்தி" என்றார். தலை, வெளுத்தத் தலையணை உறை மாதிரி இருந்தது. முகச் சுருக்கம் ஏற்பட்டு விட்டது. ஆனாலும் அந்த வெள்ளைச் சிரிப்பும், கன்னக் குழியும் அப்படியே இருந்தது. என் மனைவி, குழந்தைகளைப் பற்றி விசாரித்தார். டீச்சர் கல்யாணம் செய்து கொள்ளவில்லை. "இப்படி தனிமை, உங்களுக்கு கஷ்டமா இல்லையா டீச்சர்?" என்று கேட்டேன்.

"இல்லை நான் ஒரு டீச்சர். அதில்தான் எனக்கு சந்தோஷம், திருப்தி எல்லாம். ஒரு மனைவியா, புருஷன் புள்ளைன்னு எனக்கிருக்க முடியாது. எனக்கு இதுதான் சரி. இன்னும் ஒரு தடவை தொடக்கத்திலிருந்து என்னை வாழச் சொன்னா, நான் டீச்சராத்தான் வாழ்வேன்"

கமலா டீச்சர் அண்மையில் காலமானார். ஊரார் அவர் நினைவை சாஸ்வதம் ஆக்க ஏதோ முயற்சிகளில் ஈடுபடுகிறார்கள் என்று நான் கேள்விப்படுகிறேன். அவர் அடக்கச் செலவுக்கு அவரே பணம் தயாரித்து வைத்திருந்தார். அவர் வீட்டை மாணவர் இல்லத்திற்கு அன்பளிப்பாக வழங்கிவிட்டார். கையிலிருந்த ரொக்கத்தை அனாதை மாணவர்களுக்கு என்று எழுதி வைத்திருந்தார்.

1992

❖

யாசுமின் அக்கா

யாசுமின் அக்கா, மிகுந்த சந்தோஷத்தில் இருந்தாள். சற்றைக்கு முன்புதான் அந்தச் செய்தி வந்திருந்தது. ஜெகான் பாய் வரப் போகிறார் என்கிற செய்தி ஆதன் அது. "யாரசூலே" என்றபடி, ஒரு கணம் மெய்மறந்து நின்றாள். அப்புறம், சுதாரித்துக்கொண்டாள்.

"ஏடி... ஹஜீருக்குட்டி... இங்கன வா. அத்தா வரப் போறார்" என்று கூப்பாடு போட்டாள். குரல் உயர்த்திப் பேசி அறியாத யாசுமின் அக்கா, இப்படி ஏழூருக்கும் கேட்கிறது மாதிரி சப்தம் போடுவதாவது, சமையல்காரப் பெண் லட்சுமி தோட்டக்காரர் முனிசாமி எல்லோரும் என்னவோ ஏதோ என்று குழுமி விட்டார்கள்.

"என்னம்மா, என்ன?" என்றாள் லட்சுமி. பதற்றத்துடன், முனிசாமி முண்டாசை அவிழ்த்துத் தலையைச் சொறிந்துகொண்டு நின்றார். அம்மா முன்னிலைக்கு வரும்போதெல்லாம், அவர் தலை அரிக்க ஆரம்பித்து விடுகிறது.

யாசுமின் அக்காவுக்கு வெட்கம் பிடுங்கித் தின்றது. தான், பெரிய சப்தம் எழுப்பி விட்டதை உணர்ந்தாள். வெட்கத்தோடேயே சொன்னாள்;

"ஹஜீருக்கு அத்தா வரப் போறாகடி. சேதி வந்திருக்கு"

"ஹை அப்படியாம்மா... சவாசு" என்றாள் லட்சுமி.

ஹஜீருக்கு அப்பா, சம்பாத்தியம் பண்ண, அசல் தேசத்துக்குப் போய்த்தான் எத்தனை வருஷங்கள் ஓடிப் போய்விட்டன. ஹஜீரு, சின்னப் பாவாடையும், சட்டையும் போட்டுக்கொண்டு மெல்ல நடந்து பயின்றபோது போனவர், இப்போ, ஹஜீரு, வயசுக்கு வந்து, பெரிய மனுஷியாட்டம் அல்லவோ ஆகிப் போனாள். அவள் கண்களில் போட்டுக்கொண்டிருந்த மைக்குப் பின்னால் ஜொலிக்கும் அந்தப் பெரிய கண்களில் எத்தனை புதுப் புது சந்கேதங்கள் பிறக்கின்றன.

ஹஜீரா, "என்னம்மா" என்றபடி வந்தாள்.

"உங்க அத்தா வறாக, இப்பத்தான் போன் வந்துச்சு."

துள்ளிக் குதித்தாள் மகள்.

"எப்போம்மா?"

"அடுத்த கிழமைக்குள்ளே, ஞாயிற்றுக்கிழமை வரலாம்ங்கறாக"

யாசுமின் அக்கா, கொஞ்சம் பூசி உடம்புக்காரி. "இந்தச் சைத்தான், இப்படி வாரிப் பூசிக்கிட்டு வரலேன்னு யார் அழுதாக? கிடந்து. ஆட்டுக்குக் கொழுப்பு ஏறுகிற மாதிரி ஏறுதே" என்று அடிக்கடி, சொல்லிக் கொள்வாள். யாசுமின் அக்கா, சைத்தான் என்றது, சதை போட்டு விட்டதைத்தான் கடற்கரைக்குப் பக்கத்தில்தான், இத்தனைக்கும் அக்கா வீடு இருந்தது. "காலையிலும் மாலையிலும் நடையேன்" என்று ஜெகான்பாய் அடிக்கடி சொல்லத்தான் செய்தார். "எங்கே ஒழிகிறது?" என்பாள் யாசுமின் அக்கா. காலை தூங்கி எழுந்ததும் விடிந்ததும் விடியாததுமாகப் பலகாரக் கடை வைக்க வேண்டி இருக்கிறது. குழந்தைகள் பசியாற வேண்டுமே. ரெண்டு தெரு தள்ளி, யாசுமின் பெரியம்மா மகள் இருக்கிறாள். அவள் பிள்ளைகள்கூடப் பசியாற அக்கா வீட்டுக்குத்தான் வரும். (அல்லா, அந்த வீட்டின் பக்கம் கண் திறக்கவில்லையே, என்ன செய்ய) சொந்தப் பிள்ளைகளைக்கூடப் பட்டினி போடலாம். அந்தப் பிள்ளைகளைப் பட்டினி போடலாமோ? கடவுளுக்கே பொறுக்காதே. பலகாரம் ஆகத் தாமதம் ஆனால், அந்தப் பிள்ளைகள் என்ன நினைக்கும்.? பாவம் அல்லவா? பலகாரக் கடை முடிந்தால், இருக்கவே இருக்கிறது சோற்றுக் கடை. அப்புறம் காபிக் கடை, அப்புறம் ராத்திரிக்கு ஏதானும் செய்யத்தானே வேண்டியிருக்கிறது

“நடக்க எங்கே ஓய்வு? சரிதான் போங்கள். இனி, சிக்கென இருந்து நான் யாரை மயக்க வேணும்? கல்யாணம் ஆச்சு, குழந்தை குட்டிகளைப் பெத்தாச்சு. பேரன் பேர்த்தி வரப் போறாக. இன்னும் என்ன பிலுக்கு. நான் என்ன சினிமாவிலே ‘ஆக்ட்’ கொடுக்கப் போறவளாக்கும்...” என்று ஜெகான் பாயிடம் சொன்னாள் அக்கா. பாய்க்கு இந்த விஷயத்துல வருத்தம்தான்.

அக்காவுக்கு மாமாவைக் குறித்து இந்த விஷயத்துல, பெருமை மட்டாய் இல்லை. அது குடும்ப வாகு. வழித்து விட்டாற்போல, இருப்பார். ஜெகான்பாய், ஒரு பிடி சதை கூடுதலாக இருக்க வேண்டுமே! வயது ஐம்பத்திரண்டு என்று அவர் சொல்லி ஆச்சர்யப்பட்டவர்கள் உண்டு. தலையோ, தாடியோ ஒரு நரை இருக்க வேண்டுமே, இல்லை, எல்லாம் நெருப்பைக் குளிப்பாட்டின நிறம். ஒரு சின்னப் பையனைப் போன்ற துறுதுறுப்பு. ஒரு நிமிஷம் சும்மா இருக்க மாட்டார். ஜன்னல் கம்பிகளின் கீழே புழுதி படிந்திருப்பதைச் சுத்தப்படுத்திக்கொண்டு இருப்பார். இல்லையென்றால், டிரான்சிஸ்டரைச் சுத்தமாகப் பிரித்து, பழுது பார்த்துச் சரிப்படுத்திக்கொண்டிருப்பார். இல்லையென்றால் இருக்கவே இருக்கிறது, அலமாரிகளைச் சரி பண்ணும் வேலை. துணிகளை ஒழுங்காக வைத்திருப்பது சட்டை அடுக்கு, கைலி அடுக்கு, கைக் குட்டை அடுக்கு எல்லாம் தெளிவு ஒன்றுடன் ஒன்று கலக்கக்கூடாது.

அதன் அதனுக்கு உரிய நீதி அதனுக்கு!

சமையல் பெண்ணை அழைத்து அக்கா சொல்லிக்கொண்டிருந்தாள்.

“நல்லா கேட்டுக்கோடி லட்சுமி. ஹஜீருக்கு அத்தா வர இருக்காக. அவுகளுக்குத் தேங்காப்பால் சாதம் பண்ணோனும். அது அவுகளுக்கு இஷ்டம். நல்ல நெத்தா, முத்தின தேங்காயா பாத்து அம்பது வாங்கிப் போட்டு வச்சுக்கோ. அப்புறம், கடற்கரை செட்டியாரண்டைக்குச் சொல்லி அனுப்பி பெரிய எறா எவ்வளவு கிடைச்சாலும் இங்ஙனே அனுப்பச் சொல்லு. அப்புறம், கசாப்புக் கடை இசுமாயில் மாமாவுக்குச் சொல்லி அனுப்பி, தினத்துக்கும் மூணு கிலோ நல்ல தொடை இறைச்சியா கொடுத்து அனுப்பச் சொல்லிவுடு. மீனு, வவ்வா, வஞ்சிரம்னு பெரிசா வாங்கி, பிரிஜ்ஜிலே வையி. அப்புறம் நீயி, இப்படி அடுப்புக் கறி பூசிக்கிட்டு பங்கரையாட்டம் அவுக முன்னால வந்து நிக்காதே. வேணும்கிற புடவை சாக்கெட்டு என் அலமாரியைத் திறந்து எடுத்துக்கோ. என்ன நான் சொல்றது?”

110 ⊙ பிரபஞ்சன் தேர்ந்தெடுத்த சிறுகதைகள்

சொல்வதற்கு என்ன இருக்கிறது. யாசுமின் அக்கா கொடுப்பதில் எத்தனைப் பிரசித்தம்? அக்கா வீட்டுக்கு வந்து கையை நனைக்காமல் எவர்தான் போக முடியும்? கிழிசலும், கோரமுமாய் வந்த உறவினர்கள் புதுசு உடுத்திக்கொள்ளாமல் திரும்பியது உண்டா? லட்சுமியேகூட வெறும் தகர டிரங்க் பெட்டியோடு மட்டும்தான் வந்து சேர்ந்தாள். இன்று கர்ப்பிணி வயிறு மாதிரி பெட்டி துணிமணிகளால் பிதுங்குகிறதே!

“போக்கா! நல்ல ஒஸ்தி, ஒஸ்தியா புடவை எடுத்துக் கொடுத்துட்டே, அதுகளை கட்டிக்கிட்டு சமையல் கட்டுக்குப் போயி நிக்க மனசே வரமாட்டேங்குது” என்று லட்சுமி சிணுங்கினாள்.

யாசுமின் அக்காவுக்குச் சிரிப்பு பொத்துக்கொண்டு வந்தது. உடம்பு குலுங்க நகைத்தாள் அக்கா.

“உடுத்துக் களையத்தானேடி புடவையும், சாக்கெட்டும்? பழசானா புதுசு மாத்திக்கிட வேண்டியதுதானே? இருக்குறக் கொள்ளோ அனுபவிக்க வேணுமடி”

மாமா வருகிற நாள், அதிகாலமே எழுந்து வீட்டையும் எழுப்பி விட்டு விட்டாள் அக்கா, மாமா சீக்கிரம் சகல சவுகர்யங்களுடன் திரும்ப வேண்டும் என்று எத்தனைப் பிரார்த்தனைகளைச் செய்திருக்கிறாள் அக்கா. நாகூர் ஆண்டவர் தொடங்கி காட்டுபாவா வரைக்கும் பல தர்க்காக்களில் நேர்த்திக் கடன் செய்துகொண்டிருந்தாள் அக்கா. பக்கிர்களுக்கு விருந்து படைப்பதாகப் பிரார்த்தனை. ஒவ்வொரு முறையும் மாமா வந்து சில மாதங்கள் இருந்து போவார். அப்போதெல்லாம் அக்கா சொல்வதுண்டு.

“இன்னொரு வாட்டியும் வெளிதேசம் போறியளா? நமக்கு இருக்கும் பணம் காசு இதுகள் போதாதா? குட்டிக்கு நிக்காஹ் பண்ணி வைக்க வேணாமா? அவளுக்கும் வயசாகுது இல்லையா? இன்ஷா அல்லாஹ், இந்த வருஷமாச்சும் கல்யாணம் முடிச்சிடுவோமே...” என்பாள். மாமா வழக்கமாக ஏதாவது சொல்வார். காலில் சுடுதண்ணீர் ஊற்றியது மாதிரி உடனே திரும்பி ஊருக்குப் போய் விடுவார்.

அக்காவுக்கு நம்பிக்கை இருந்தது. இந்த முறை, அவரைத் தக்க வைத்துக்கொண்டு குட்டிக்குக் கல்யாணத்தை முடித்துவிட வேண்டும்.

யாசுமின் அக்கா புதுப் பச்சைப் புடவையில் இருநாதள். பூப்போட்ட பச்சைப் புடவை, கரும்பச்சை நிறத்தல் ஜாக்கெட் அணிந்திருந்தாள்.

"ஏடி, குட்டி... தேத் தண்ணி ரெடியா இருக்கா?"

"இருக்கும்மா"

"சுக்குப் பொடி போட்டிருக்கில்லே?"

"போட்டு இருக்கேம்மா"

"ஏலக்காயைப் பொடி பண்ணி வச்சிருக்கேல்லியா?"

"இருக்கும்மா"

"அவுக வந்துவுடன் தேத் தண்ணி கேப்பாக, வெறும் தேத் தண்ணி கொண்டாறப்படாது. கூட ரெண்டு முறுக்கு, ரெண்டு பொரிவிளங்காய் உருண்டை, ரெண்டு தேங்கா பர்பி இதுகளோடு கொண்டு வரணும் தெரிஞ்சுதா?"

"சரிம்மா"

அக்காவின் உடம்பின் சகல பகுதிகளும் ஆடிக்கொண்டிருந்தன. டிரைவரை அழைத்தாள்.

"அம்மா" என்றபடி வந்து நின்றார் அவர்.

"காரச் சுத்தமா துடைச்சு வச்சிருக்கீரா?"

"இருக்கும்மா"

"அவுக வந்ததும் சினேகிதக் காரங்களைப் பார்க்கப் போவாக."

அக்கா வாசலுக்கு வந்து நின்றாள். கார்கள் போவதும் வருவதுமாக இருந்தன. மாமா வரும் கார் மட்டும் வராமல் சுணங்கியது. விமானம் தாமதமாகி இருக்கும். அல்லது கார் பழுதடைந்திருக்குமோ? சைத்தான் மக்கள், விமானத்தைச் சுத்தமாகத் துடைத்து எண்ணெய் போட்டு வைத்துக் கொள்கிறதுக்கு என்ன கேடு?

காட்டு பாவா, பக்கீர் ஷேக் முகமது எல்லோரையும் அழைத்து, அவுகளைப் பத்திரமாகக்கொண்டு வந்து சேர்க்கும்படி வேண்டிக்கொண்டாள். உலகம் கெட்டுப் போய்விட்டது! கண்ட கண்ட இடத்தில் எல்லாம் "ஜின்"கள் அட்டகாசம் தலைவிரித்து ஆடிக்கொண்டல்லவா இருக்கிறது. கடைசியாக மாமா வந்து இறங்கினார்.

யாசுமின் அக்கா அதிர்ச்சிக்கு உள்ளானாள். அவள் எதிர்பார்த்ததுபோல மாமா இல்லை. அவர் கறுத்தும் இளைத்தும் போய் இருந்தார். நடக்கவும் சிரமப்படுபவர்போல இருந்தது. மாமா அக்காவைப் பார்த்துச் சிரித்தார். அதில் ஜீவன் இல்லை.

"இறைவனுக்கு நன்றி சொல்வோம். ஒருவழியாகப் பத்திரமாக நான் வந்து சேர்ந்தேன்."

தனியாக அவரைச் சந்தித்தபோது அக்கா கேட்டாள்.

"உங்களுக்கு சுகக் கேடா?"

"உம்... அப்பிடித்தான், அங்கே ரொம்பவும் சிரமப்பட்டு விட்டேன். அதோடு யுத்தம் வேறு தொடங்கி விட்டதா? ரொம்ப கலகலத்துப் போய்விட்டது வாழ்க்கை. உசுரோடு ஊர் திரும்புவேன் என்று நான் எதிர்பார்க்கவில்லை" என்றார் மாமா.

அவர் வெளியில் போவதை நிறுத்தினார். உணவும் குறைந்து போய்விட்டது. மாமாவுக்கு தேங்காய்ப் பால் சோறும், ஆட்டுக்கறி குருமாவும் பிடிக்கும். அதுவும் செல்லுபடியாகவில்லை. உடம்பு காய்ந்தது. நாளாக நாளாக படுக்கையே அவர் இருக்கை என்றானது. டாக்டர்கள் வந்து போனார்கள். மாமாவுக்கு அடிக்கடி மயக்கம் போட்டது. மயக்கத்தில் பிதற்றினார். அக்கா, அவர் சொல்லு வார்த்தைகளைக் கூர்ந்து கவனித்தாள். "யாசுமின் ஹஜிர்" என்பார். சில வேளை. அடிக்கடி "பாத்திமா" என்றார். தெளிவாக மிகுந்த நேயத்தோடு அதை அவர் சொல்வதாகப் பட்டது

யார் பாத்திமா? யாரைக் கேட்பது?

மாமா, அதைச் சொல்லும் நிலையில் இல்லை. அந்த நிலையில் அதைக் கேட்பது அவரைத் துன்புறுத்துவதாக இருக்குமோ என்று அஞ்சினாள் அவள். யாரைக் கேட்பது, மண்டையைக் குழப்பிக்கொண்டாள். கடைசியில் ஈரானி அத்தையைக் கேட்பது என்று முடிவு பண்ணினாள். அத்தை, ரொம்பக் காலமாக அந்த நேரத்தில் இருந்து, அண்மையில்தான் இங்கு வந்தவள். அந்தத் தேசத்தில் மாமா வீட்டுக்குப் போக்குவரத்தும் கொண்டிருந்தவள் அவள். அவளுக்குத் தெரியாதது எதுவும் இருக்க முடியாது.

அக்கா பர்தாவை எடுத்துப் போர்த்துக்கொண்டாள். மகளைக் கூப்பிட்டு, "அத்தா, பக்கத்திலேயே இரு. அஞ்சு

நிமிட்டுலே வந்துடறேன்" என்றாள். அறைக்குள் எட்டிப் பார்த்து மாமா உறங்குவதை நிச்சயம் செய்துகொண்டு புறப்பட்டாள்.

வெயில், உக்ரமாக இருந்தது.

தெருச் சொறி நாய் ஒன்று அசதியுடன் நிமிர்நுத பார்த்து, "அட... நம்ம பாய்ம்மா" என்கிற புரிதலோடு மீண்டும் படுத்துக்கொண்டது. மூன்றாம் தெருவில்தான் இருந்தாள் அத்தை இருந்தாலும் அதற்குள் அவளுக்கு வேர்த்து விட்டிருந்தது. அல்லாவின் கருணை, அத்தை, வீட்டில் இருந்தாள். இவளைக் கண்டதும் "வா யாசுமின்... வா... என்ன இந்த வேகாத வெயிலிலே..." என்றபடி வரவேற்றாள்.

"எங்கே பொண்ணு?"

"நெல்லு மிஷின் வரைக்கும் போயிருக்கா..."

"ரொம்ப சரி..."

நல்ல வேளை அத்தை தனியாகத்தான் இருந்தாள். பர்தாவை விலக்கிக்கொண்டு அமர்ந்தாள் அக்கா.

"என்ன விஷயம் யாசுமின். உன் புருஷன் சுகம்தானே?"

"சுகம்தான் அத்தை. ம்... அத்தை ஒரு விஷயம் விளங்கணும். நீங்க அந்த தேசத்துல இருந்தவ. எங்க ஹஜீருக்கு அத்தாவுக்குப் பாத்திமான்னு யாரேனும் உறவு..."

"பாத்திமாதானேடி... உனக்குத் தெரியாதா? அங்க பாத்திமாவை 'நிக்காஹ்' பண்ணி இருந்துச்சு உன் வீட்டுக்காரரு. உனக்குத் தெரிஞ்சிருக்கணும்னு நெனைச்சேனே... என்ன நடந்துச்சுன்னே எனக்குத் தெரியாது... அப்புறம் தலாக் பண்ணிடுச்சு தம்பி. சொத்து பணம் கொடுத்துத்தான்... எனக்குத் தெரியும் அவளை. ரொம்ப அழகான பெண். செம்பருத்திக் கொடி மாதிரி இருப்பா. இந்த வெயிலிலே இதுக்காகவா வந்தே"ன்னு அத்தை சொன்னதும் யாசுமின் அக்காவுக்கு நிம்மதி ஆயிற்று. அந்தப் பாத்திமா பெண்ணை, தான் பார்க்க முடியாமல் ஆயிற்றே என்று வருந்தினாள்.

நிக்காஹ் முடித்து ஹஜீரும் புருஷனும் புறப்பட்ட நாலாம் நாள், மாமா மவுத்தானார். அல்லா அவரைச் சுவனத்தில் சேர்ப்பானாக. அக்காவைச் சவுகர்யமாக விட்டுச் சென்றிருந்தார் மாமா. கார் இருந்தது. சுமார் இருபது லட்சம் பெறுமான வீடு தோட்டம் இருந்தது. நகைகள் பல லட்சத்துக்குக் காணும். ரொக்கம் மட்டும் பத்து லட்சத்துக்குக்

காணும். மாமா மவுத்தான சில நாட்களுக்குப் பிறகு அக்கா ஒரு காரியம் செய்தாள். வெளிநாட்டுத் தபால் காகிதத்தையும் பேனாவையும் அட்டையையும் எடுத்துக்கொண்டு மொட்டை மாடிக்கு வந்தாள் அக்கா. மாடியின் ஒரு பகுதி நிழலில் இருந்தது. சில்லென்று காற்று வந்தது. அக்கா, எழுத ஆரம்பித்தாள்.

ஹிஜ்ரி 1413, ரஜப் மாதம் 9ஆம் தேதி என் பிரியத்துக்குரிய சகோதரி பாத்திமாவுக்கு சகல சவுகரியங்களும் அல்லா அளிக்க என வேண்டிக்கொண்டு எழுதுவது:

என்னை உனக்குத் தெரிந்திருக்கும் என் கணவர் ஜனாப் ஜெகான் பாய். கடந்த மாதம் மவுத்தானார் என்பதைத் துக்கமுடன் தெரிவித்துக் கொள்கிறேன். இருந்தவரை மிகுந்த அன்பான மனுஷராக இறையச்சம் கொண்டவராக என் கணவர் இருந்தார். அவருக்குச் சுவனத்தில் இடம் இருப்பது நிச்சயம்.

சகோதரி! நீ சிறிது காலம் என் கணவருக்குப் பெண்டாக இருந்ததைக் கொஞ்ச காலத்துக்கு முன்பாகத்தான் தெரிந்துகொண்டேன். உன்னைப் பற்றி என் அத்தை ரொம்பவும் உயர்வாகச் சொன்னார். அவர்தான் உன் முகவரியையும் சம்பாதித்துக் கொடுத்தார்.

சகோதரி! என் கணவர் எனக்கு மிகவும் சவுகரியங்களைச் சம்பாதித்துக் கொடுத்துவிட்டுத்தான் போயிருக்கிறார். நான் சௌகரியமாக இருக்கிறேன். நீ எப்படி என்று எனக்குத் தெரியாது. உனக்கும் ஒரு பெண் குழநைத இருக்கிறதாக அறிகிறேன். உன் பொருளாதார நிலைமை எனக்குத் தெரியவில்லை. அதோடு என் கணவர் நியாயமான முறையில் உனக்கு வழி செய்து வைத்து 'தலாக்' செய்திருப்பார் என்று எனக்குத் தெரியும். அவர் மரணப் படுக்கையில் ஸ்மரணை இழந்து இருந்தபோது உன் பெயரைப் பலமுறை உச்சரித்ததை நான் கேட்டேன்.

உனக்கு நான் ஏதேனும் செய்ய வேண்டும் என்று இன்ஷா அல்லாஹ் நினைக்கிறேன். எனக்குள்ள ரொக்கப் பணத்தில் பாதியான ஐந்து லட்சத்தை உனக்குத் தர வேண்டும் என்று என் மனம் சொல்கிறது.

எந்த வழியாக, யார் மூலம் பணத்தை எந்த வகையில் அனுப்ப வேண்டும் என்பதைத் தயவுசெய்து எழுத வேணுமாய்க் கேட்டுக் கொள்கிறேன்.

இறைவனுக்கு முன்னால் நானோ, என் கணவரோ, நீயோ எந்த அச்சமும் இல்லாமல் தீர்ப்பு வழங்கும் நாளில் நிற்க வேண்டும் என்பதே என் ஆசை. தயவுசெய்து என் வேண்டுகோளை நீ ஏற்றுக் கொள்வாய் என்று மனப்பூர்வமாக நம்புகிறேன். உன் சகோதரி என்கிற முறையில் கேட்டுக் கொள்கிறேன். நல்ல பதிலை எதிர்நோக்கும்

உன் சகோதரி 'யாசுமின்.'

கடிதத்தைப் பெட்டியில் போட்ட பிறகுதான் யாசுமின் மனம் சாந்தியடைந்தது.

சரியாகப் பத்தாம் நாள் பாத்திமாவிடம் இருந்து பதில் வந்தது.

அன்பான அக்கா,

இறைவன் உங்களுக்கு சகல சவுகர்யங்கள் தந்தருளட்டும். உங்கள் கடிதத்தைப் படித்து திக்பிரமை அடைந்தேன். அக்கா, உங்களுக்குத்தான் எத்தனை பெரிய மனசு. மனுசர்கள் இப்படியும் இருக்கிறதை நினைக்க எவ்வளவு சந்தோஷமாக இருக்கிறது அக்கா. தங்கள் கணவர் என்னை மணந்ததும் எங்களுக்கு ஒரு குழந்தை (பெயர் கஜீதா) இருக்கிறதும் உண்மை. இரண்டு பேரும் மனசு ஒத்து 'தலாக்' பண்ணிக்கொண்டோம். தங்கள் கணவர் எனக்குப் போதுமான சுவுகரியங்கள் செய்த பிறகே 'தலாக்' செய்தார். நான் சந்தோஷமாக இருக்கிறேன்.

அக்கா என்னை தயவு பண்ணி மன்னியுங்கள். தங்கள் பணம் எனக்குத் தேவைப்படும் நிலைமை இல்லை. அது, எனக்கு உரியதும் அல்ல. எனக்கு உரிமையில்லாத பணத்தைப் பெறுவது 'ஹராம்' அல்லவா அக்கா?

தயவு செய்து என்னை மன்னியுங்கள். அக்கா தங்களை நினைக்க நினைக்க எனக்கு அழுகை வருகிறது. அக்கா இக்கடிதத்தை அழுதுகொண்டுதான் எழுதுகிறேன் அக்கா. நீங்கள் ரொம்பவும் பெரியவர் அக்கா.

கடவுள் உங்களுக்கு ஒரு குறையும் வைக்க மாட்டார்.

உங்கள் சகோதரியாக என்றும் இருக்க ஆசைப்படும்,

பாத்திமா.

கடிதம் பல இடங்களில் ஈரம் பட்டு எழுத்து கலங்கி இருந்தது. பாத்திமாவுக்கு எந்த வகையில் பணத்தைச் சேர்க்கலாம் என்று யோசிக்கலானாள் யாசுமின் அக்கா.

1994

❖

அண்ணாச்சி

முதலில் புருவம் நெளிந்தது. அப்புறம், வாய் லேசாக அசைந்தது. படுக்கையோடு இணைத்து, ‘குளுகோஸ்’ ஏற்ற வசதியாக வைக்கப்பட்ட கையில் விரல்கள் அசைந்தன. கால் கட்டை விரல், காற்றில் நெறிந்தது.

அண்ணாச்சிக்கு ஏற்பட்ட அசைவுகளையே மிகக் கவனித்துக்கொண்டிருந்த காளி கத்திக்கொண்டே அறையை விட்டு வெளியே ஓடினான்.

“அண்ணாச்சிக்கு உசிர் வந்தாச்சு. உடம்பை அசைக்கிறாரு...”

செய்தி ஜுரம் வேகத்தில் பரவியது. வராண்டாவில், ஆசுபத்திரி முகப்பில், தெருவில், மர நிழலில், தேநீர்க் கடையில் நின்று கொத்துக் கொத்தாகக் குழுமி இருந்த ஜனக்கூட்டம், அண்ணாச்சி படுத்திருந்த அறைக்குள் பாய்ந்தது.

டூட்டி நர்ஸ், “யாரு நீங்கள்ளாம்... இத்தனை பேர் வரக் கூடாது” என்று சட்டம் பற்றிப் பேச முற்பட்டாள்.

“த... சும்மா இரு நரசம்மா... எங்க அண்ணாச்சி சாரு உசுரு பிழைப்பாரோ, மாட்டாரோன்னு நாங்க வயித்துல நெருப்பைக் கட்டிக்கிட்டு இருந்தோம்... என்னமோ, உன் அண்ணாச்சி சாரு மாதிரி பேசறியே...” என்று சொல்லிக்கொண்டே அஞ்சலை அக்கா அறைக்குள் புகுந்தது.

“ராசா எங்க துரையே, புழைச்சுக்கினியா... எங்கே, போயிடுவியோன்னு நினைச்சுட்டோம். எங்க வயித்துல பாலை வார்த்தியே ராசா...” என்று தன் மார்பிலும் வயிற்றிலும் அடித்துக்கொண்டு அழுதாள், அஞ்சலை அக்கா.

“த... எக்கா... செத்தே சும்மாத்தான் இரேன். அண்ணாச்சி சார் அசந்துடப் போறாரு...” என்று அஞ்சலையை சமாதானப் படுத்தினாள் பூங்காவனம்.

“சாரு அண்ணாச்சி சாரு...” என்று அழைத்தான் சோமு.

மிகவும் சிரமப்பட்டு லேசாகக் கண்ணைத் திறந்தார் அண்ணாச்சி. சாரு என்று அழைக்கப்பட்ட தேவராஜ்யம். தலையைச் சுற்றி பலமாகக் கட்டுப் போட்டிருந்தது. இடது கை தோளுக்குக் கீழே, யானைக்கால் மாதிரி, மாவுக் கட்டுப் போட்டிருந்தார்கள்.

தன்னைச் சுற்றி இருந்த ஜனங்களை அவதானிக்க முயன்றார் தேவராஜ்யம். அஞ்சலை, பூங்காவனம், பெருமாள், பக்கிரி, சோமு, பெரிய சிலுவை என்று எல்லோரையும் அவர் அடையாளம் காண முயன்றார். அவர்களை அவர். தெரிந்துகொண்டமைக்கு அடையாளமாக, லேசாகப் புன்னகைக்கவும் முயன்றார். அவர் உதடுகளை அசைக்கவும் மிகவும் சிரமப்பட்டார்.

“நகருங்க... வழி விடுங்க” என்றபடி, கூட்டத்தைப் பிளந்துகொண்டு உள்ளே வந்தார் டாக்டர்.

டாக்டர் அண்ணாச்சியைப் பரிசோதிப்பதை பக்தி தோன்ற பார்த்துக்கொண்டு நின்றிருந்தது கூட்டம்.

“டாக்டர் சாரு... நல்லா கெவனி அண்ணாச்சியை. அவருதான் எங்க தெய்வம். அவரு இல்லைன்னா நாங்க இல்லே...”

டாக்டர் மேலோட்டமாகக் கூட்டத்தைப் பார்த்தார்.

“எதுக்கு இத்தனைக் கூட்டம் இங்க... காற்றை அடைச்சுக் கிட்டு... இதோ பாருங்க, ரொம்ப சீரியஸ் இன்ஜூரி, இவருக்குச் சொந்தக்காரங்க யார்? மற்றவங்க வெளியே போகலாம்...”

“சார்...” என்றபடி டாக்டர் முன் வந்து நின்றான் சோமு. கூட்டத்துக்குள் பெரிய படிப்பாளி என்று கருதப்பட்டவன் அவன்.

“சார்... நாங்கல்லாம் பக்கத்து குடிசைப் பகுதி சனங்க. அண்ணாச்சிக்குச் சொந்தம்னு யாரும் இல்லை. நாங்கதான்

அவருக்கு, அவருக்கும் நாங்கதான். எங்கப் பகுதி சனங்களுக்காக பாடுபடுகிறவர் அண்ணாச்சி. ஹி ஈஸ் எ சோஷியல் ஒர்க்கர்" என்று ஆங்கிலத்தில் பேசியும் தன் இருப்பை ஸ்தாபிதம் செய்தான் சோமு.

"நோயாளி இன்னும் ஆபத்துக் கட்டத்தைத் தாண்டவில்லை. யாரேனும் ஒருத்தர் பக்கத்துல இருந்தாபோதும். இவர் எந்தக்கட்சி?"

"கட்சிக்கார பேமானிகளைபோல சொல்லு சாரு. இவரு ரொம்ப நல்ல மன்சன் சார். கட்சி, கிட்சின்னு தப்பு பண்ணிக்கிற சோதா இல்லே எங்க அண்ணாச்சி" என்றாள் ஒரு பெண். அவள் இடுப்பில் இருந்த குழந்தை திடுமென அழுதது.

"சரி... எல்லாம் வெளியே போங்க..." என்ற டாக்டர், நர்சிடம் குறிப்பைச் சொல்லிவிட்டு, தன் வெள்ளைச் சட்டை அழுக்குப்பட்டு விடக்கூடாதே என்று கூட்ட இடிபாடுகளைக் கடந்து வெளியேறினார்.

"...ம் அப்புறம் ஏன் அம்மா நிக்கறிங்க. டாக்டர் சொன்னாருல்லே?" என்றாள் நர்ஸ். சின்னப் பெண், மஞ்சள் சிட்டு மாதிரியும், வவ்வால் மாதிரி தலை அலங்காரத்துடனும் இருந்தாள். குப்பைத் தொட்டிக்குப் பக்கத்தில் நிற்க நேர்ந்தவள் மாதிரி கைக்குட்டையை மூக்கின் மேல் வைத்துக்கொண்டாள்

"த... நர்சம்மா... அண்ணாச்சி சாரு எங்க அப்பா மாதிரி தாயி. எங்களுக்காவ, போலீசு டேசனுக்குப் போறவர்ம்மா அவரு... ஒரு வவுத்துப் புள்ளைக மாதிரி, இருக்கிறவங்கம்மா நானு... அவரை "போயி, எந்த பயலோ கீச்சுப்பூட்டானே, ஆமாம்... ராசா... யார் உன்னை இந்தக் கெதி பண்ணுனது? பேரைச் சொல்லு... இன்னிக்கு நாளா நாலு அவன் பொணத்தை நாங்க பார்த்துடறோம்.

காளி, அண்ணாச்சியின் முகத்தின் அருகில் குனிந்து, "அண்ணாச்சி... எவன் உன்னை கீசினான்? செயின் ரங்கனா? சாராயம் மனோ வா... ஊம்.:

அண்ணாச்சி மிகவும் சிரமப்பட்டு, கண்ணாலும், தலையாலும் "இல்லை" என்றார்.

"பின்ன வேற யாரு... ஆள் தெரியாத வரைக்கும், அவன் குடலை உருவி மாலையா நான் போட்டுக்கிற வரைக்கும் தட்டுல சோறு போட்டுத் தின்னா நான் ஒருத்தனுக்குப் பொறந்தவன் இல்லை அண்ணாச்சி. சொல்லு... யாரு அவன்...?"

"அவன் அம்மாளை..."

நர்ஸ் காதைப் பொத்திக்கொண்டு விரைந்து நடந்தாள்.

கூட்டம் வெறிக்கொண்டு நின்றது. எல்லார் முகமும் கறுத்து பலகை மாதிரி உறைந்தது. இதழ்க்கடையில் இரண்டு கோரைப் பற்கள் முளைத்தது மாதிரி. தலையில் கொம்பு எழுந்தது மாதிரியும் இருந்தது.

"அண்ணாச்சி அவர்கள் முகத்தை ஒவ்வொருவராகப் பார்த்துக்கொண்டு வந்தார். களைத்துப் போனவராகவும், மனம் வருந்தியவராகவும் கண்ணை மூடிக்கொண்டார்.

"அண்ணாச்சி தூங்குதுப்பா. வாங்க... அப்புறம் வரலாம்..." என்றபடி கூட்டத்தில் சிலர் வெளியேறினார்கள்.

பார்வதிதான் அந்த இளைஞனை முதலில் பார்த்தாள். புளிய மரத்தின் அடியில் படுத்துக்கிடந்தான். அவன் சட்டையும் பேண்டும் அணிந்து பெரிய குடும்பத்துப் பையனாய்த் தெரிந்தான். மயக்கமாய் வீழ்ந்து கிடக்கிறானா? போதையா? தண்ணி வண்டியா என்றெல்லாம் யோசனை செய்துகொண்டு நின்றாள். புளிய மரத்தடியில் சிறுநீர் கழிக்க வந்தவள், அசல் ஆம்பிளையைப் பார்த்துத் தயங்கினாள். தூங்குகிறவன்தானே என்று செடி மறைவில் அமர்ந்து எழுந்தாள்.

குடிசைக்குள் நுழைந்தவள், அங்கிருந்தவனிடம் சொன்னாள்:

"எவனோ படுத்துக்குனு இருக்கான்யா. என்னமோ மாதிரி இருக்கு."

"குடிக்காரக் கம்மனாட்டியா இருப்பான்"

"அவனைப் பார்க்க சொல்ல, அப்படித் தெரியலைய்யா..."

அவன் வெளியே வந்து, அந்த இளைஞனிடம் சென்று குனிந்து பார்த்தான்.

"பார்வதி எதனாச்சும் பிரச்சினையானா என்ன செய்யறது? போலீஸ்காரங்களுக்கு டவுன்ல எங்க திருடு போனாலும் குடிசைக்குத்தான் வருவாங்க."

"போலீசுக்கு பயந்தா நடக்குமாய்யா... மனுஷன் உசுரு இருக்கா பாரு."

பார்த்தான்.

"பசியா இருக்கும்மே..."

"பாவம் எந்த புண்ணியவதி பெத்தாளோ, நம்ம குடிசையாண்டை வந்து உய்ந்து கெடக்குது. மூஞ்சியிலே தண்ணி அடிச்சி எழுப்பு..."

"போயி, தண்ணிகொண்டாமே செம்புலே..."

அவள் கொண்டு வந்தாள். அவன் தண்ணீரை அந்த இளைஞன் முகத்தில் அடித்தான். அந்த இளைஞன் ஒருவாறாகக் கண் விழித்தான். பசி காரணமாக இமையைத் திறக்க அவன் சிரமப் பட்டான்.

"பசிம்மே பையனுக்கு..."

அவள் உள்ளே போய், பழைய சோறு ஒரு தட்டில் போட்டுக்கொண்டு வந்தாள்.

"தின்னுமா அந்தப் புள்ளை, நம்ம சோத்தை, ரொம்ப ரீஜண்டா இருக்கிறான்..."

அந்தப் பையன் தின்றான்.

உடம்பு சுகவீனம் காரணமாக அவன் மேலும் சில நாட்கள் அங்கு இருந்தான். அந்தக் குடிசைப் பகுதி மக்களின் அன்பை அவன் கண்டு வியந்தான். அவர்கள் வித்தியாசமாக இருந்தார்கள். ரொம்ப வண்டை வண்டையாகப் பேசினார்கள். மூன்று வயசுக் குழந்தையில் இருந்து கிழவன் வரை, கெட்ட வார்த்தைகளில் உழன்றதை அந்த இளைஞன் ஆச்சர்யத்துடன் அவதானித்தான். அதை விடவும் அந்தச் சொற்களின் விசேஷ அர்த்தங்கள் அற்று, அல்லது அது பற்றிய பிரக்ஞை அற்றும் அவைகளை அவர்கள் புழங்கினார்கள். அவர்களின் நடவடிக்கைகளில் எந்த பிசிரும் ஒட்டி இருக்கவில்லை.

"உன் பேரு இன்னா தம்பி?"

"தேவராஜ்யம்..."

"இங்க எங்கே வந்தே? ஊட்டை வுட்டுக் கோவிச்சிக்குனு வந்தியா?"

அவன் எதுக்கும் பதில் சொல்லவில்லை. அந்தப் பக்கமாக இருந்த மாவு அரைவை மில்லில் சின்னதாக ஒரு வேலை தேடிக்கொண்டான். புளிய மரத்தின் அடியிலேயே தற்காலிகமாக ஒரு குடிசை போட்டுக்கொண்டான். ஆண்கள், ஆசுபத்திரியில் பணியாளர்களாக இருந்தார்கள். பி. டி. சி.

யில் கண்டக்டர் வேலை பார்த்தார்கள். கொலுத்து வேலை செய்தார்கள். மூட்டை தூக்கினார்கள். ஊரில் நடக்கிற திருட்டு வழக்குகளில், சம்பந்தம் இல்லாமல் தண்டனை அனுபவித்தார்கள். குடித்தார்கள். தங்களுக்குள் பகைத்து அடித்துக்கொண்டார்கள். குடி தெளிந்ததும் அன்பு மீதூறத் தழுவிக்கொண்டார்கள்.

அவனுக்கு அவர்களைப் பிடித்திருந்தது.

அஞ்சலை அக்கா, அப்போதுதான் வேலை முடித்துத் திரும்பி இருந்தாள். சொர்ணவேலு மேஸ்திரியிடம் அவள் சித்தாளாக இருந்தாள். அஞ்சலை, நல்ல தொழிலாளி என்று பெயர் வாங்கி இருந்தாள். அவள் தம்பி அண்ணாமலையோடு திண்ணையில் பேசிக்கொண்டு அமர்ந்திருந்தார் தேவராஜ்யம்.

பையில் அரிசியும் கழுத்தில் கயிறு கட்டின பாட்டிலில் எண்ணெயும், சமையல் சாமான்களுடன் வந்த அஞ்சலை தேவராஜ்யத்திடம் சொன்னாள்.

“சாரு... மீனு வாங்கியாந்துகிறன். துன்னுட்டுப் போ...”

“சரிக்கா...”

மண்பானையில் இருந்த தண்ணீரை மொண்டு, சுண்ணாம்பு கப்பிய காலையும் கையையும் கழுத்துப் பகுதியையும் முகத்தையும் கழுவிக்கொண்டாள். சற்று நேரம், அமர்ந்து வெற்றிலை புகையிலை போட்டுக்கொண்டாள்.

“என்னக்கா... ரொம்ப களைப்பா” என்றான்.

“என்ன நீகூட என்னை அக்காங்கிற. சாரு... உன் ரீஜண்டு இன்னா, படிப்பு இன்னா... எங்களுக்கெல்லாம் தலைவரா இருந்துகினு...”

“தலையாவது, வாலாவது... பார்வதி அம்மா எனக்கு தாயின்னா... அதும் புள்ளை எனக்கு அக்கா இல்லாக்காட்டி வேற யாரு. பதினைஞ்சு வருஷத்துக்கு முன்னால, உன் அம்மா, அந்த பழைய சோத்தைக் குடுத்து உசுரு குடுக்கலைன்னா என்னைப் புதைச்ச இடம் புல்லு முளைச்சுப் போயிருக்கும்...”

அஞ்சலை சிரித்தாள்.

வாசலில், இரண்டு போலீசுக்காரர்கள் தோன்றினார்கள்.

“இன்னா அஞ்சலை இன்னிக்கு நல்ல அறுவடையாம்மே” என்றான் ஒரு போலீஸ்காரன்.

"ஐய... இன்னா சொல்ற நீ... இப்பத்தான் கொலுத்து வேலை முடிஞ்சு வந்து குந்திக்கினு இருக்கேன்... இனிமேத்தான் ஆக்கணும்... கொள்ளணும்..."

"தே... சூளைமேட்டுலதானே வேலை...?"

"ஆமாம்..."

"சுப்பராய நாய்க்கர் சந்துலதானே..."

"ஆமாம்"

"அங்க, நீ வேலை செய்யற ஊட்டுக்கு பக்கத்துல ஒரு திருட்டு..."

"அதுக்கு திருடினவன் கிட்டே போய்க் கேளு..."

"அஞ்சலை சும்மா ஒத்துக்கோ... ஒரு வாரம் உள்ளே இருந்தாபோதும்..."

"இன்னாடி இது அக்குறும்பா இருக்குதே." என்றாள் அஞ்சலை அக்கா. அக்குறும்புதான். தேவராஜ்யம் இதுக்காகவே அந்த ஜனங்கள் மத்தியில் இருப்பது என்று முடிவெடுத்தார்.

நள்ளிரவுக்கு மேல்தான், அண்ணாச்சி படுக்க முடிந்தது. பிரச்சினைதான். இரண்டாயிரம் குடிசைகளும், ஆறாயிரத்துக்கும் மேம்பட்ட ஜனங்களும் இருந்த அந்தப் பகுதியை ஒரு சேட் விலைக்கு வாங்கியிருந்தான். அரசு, அவர்களை தாம்பரத்துக்கும் மேற்கே குடி அமர்த்த முனைந்தது. குழந்தைகள் படிப்பு, பெண்களுக்கு பக்கத்து வீடுகளில் இருந்த வேலை வாய்ப்பு அவ்வளவு தூரத்திலிருக்கும் பஸ்சுக்கும் ரயிலுக்கும் செலவு செய்து சிட்டிக்கு வந்து வேலை பார்க்க வேண்டிய சிரமம்... தேவராஜ்யம் அண்ணாச்சி இரவும் பகலுமாக உழைத்துக்கொண்டிருந்தார். இடையில் பாஸ்கரை வேறு அவர் சமாளிக்க வேண்டியிருந்தது. சேட்டு பாஸ்கரை ஏவி விட்டிருப்பதாகச் சொல்லிக்கொண்டிருந்தார்கள். பாஸ்கர், வேலையை எடுத்துக்கொண்டால், இரத்தத்தைப் பார்க்காமல் ஓயமாட்டான் என்று காளி சொன்னான்.

தேவராஜ்யம் சிரித்தார்.

காளியும், சோமுவும், கறுப்பனும் எப்போதும் தேவராஜ்யத்தின் பின்னால் சுற்றினர்.

"வேணாம் காளி... எனக்கு பாடி கார்டெல்லாம் வேணாம். எனக்கு சங்கடமாக இருக்கிறது" என்றார் அவர்.

அண்ணாச்சி உறங்கிக்கொண்டிருந்தார். நேரம் மூன்றை நெருங்கிக் கொண்டிருந்தது. கதவு தட்டப்படும் ஓசை கேட்டது. தூரத்தில் ராமு உறங்கிக்கொண்டிருந்தான். அப்போதுதான் போஸ்டர் ஒட்டி முடித்துத் திரும்பி இருந்தான் அவன். பாவம்.

அண்ணாச்சி எழுந்து, லைட்டைப் போட்டார். ஏனோ, நாய்கள் விட்டு விட்டுக் குலைத்துக்கொண்டிருந்தன.

"யார்?" என்றார் அண்ணாச்சி.

"புளியந்தோப்பு மணி அண்ணாச்சி ஊருல ஒரு தகராறு" என்று ஒரு குரல்.

கதவைத் திறந்தார் அண்ணாச்சி.

"யார்?"

யாரும் இல்லை. ஆச்சர்யமாக இருந்தது. கதவுக்கு வெளியே வந்து சுற்று முற்றும் பார்த்தார் அண்ணாச்சி. யாரும் காணோம் திரும்பினார். ஏதோ அரவம் கேட்டது. அவர் புரிந்துகொண்டு உள்ளே வருவதற்குள் தோளில் கத்தி இறங்கியது. வெளிச்சத்தில் அவன் முகம் தெரிந்தது.

"பாஸ்கர் வேணாம்" என்றார்.

சரமாரியாக வெட்டுகள் வாங்கி, தரையில் சரிந்தார், அண்ணாச்சி.

காவல் துறை அதிகாரிகள் வந்திருந்தார்கள். அண்ணாச்சியின் அருகில் அமர்ந்தார்கள். காளி அவர்கள் பக்கம் வந்து நின்றான்.

"போடா வெளியே" என்று ஒரு அதிகாரி அவனை விரட்டினான். காளி வெளியேறினான். மீண்டும் கதவு ஓரமாகவே நின்றான்.

"மிஸ்டர் தேவராஜ்யம், உங்களைத் தாக்கியது யார்னு தெரியுமா?

அண்ணாச்சி தலை அசைத்தார்.

"தெரியாது"

"உங்களை வெட்டியது பாஸ்கர்தானே...?"

"இல்லை."

"என்னய்யா, தெரிஞ்சதைக்கூட சொல்லமாட்டறே..."

அவர் எரிச்சல் அடைந்து சொன்னார்.

"பாஸ்கர்னு சொல்லு. மற்றதை நாங்க பாத்துக்குறோம்."

"இல்லை."

"பின்னே வேறு யார்?"

"தெரியாது"

"பெரிய காந்தின்னு நினைப்பா உனக்கு?"

"யோவ், அவரு, உயிர் பிழைச்சதே பெரிசு. அவரை எதுக்குத் தொந்தரவு பண்ணறே?" என்றபடி காளி உள்ளே வந்தான். அவனுக்குப் பின்னுள்ள ஜனக்கூட்டத்தை உத்தேசித்து அதிகாரிகள் வெளியேறினார்கள். காளி அவர் பக்கம் வந்து கேட்டான்.

"அண்ணாச்சி... பாஸ்கர்தானே. எங்கிட்டே சும்மானாச்சும் சொல்லு, சாரு..."

"இல்லை..."

"அந்த பேமானியை எதுக்கு சார் காப்பத்தரே... உன்னை வெட்டினவன்..."

அண்ணாச்சி சிரிக்க முயன்றார்.

காளி துண்டை வாயில் புதைத்துக்கொண்டு அழுதான்.

மின்சார ரயிலில் இருந்து இறங்கினார் அண்ணாச்சி.

"அண்ணாச்சி" என்று ஒரு குரல் அழைத்தது. திரும்பினார்.

பீட்டர் நின்றிருந்தான்.

"என்ன பீட்டர்..."

"சாருக்கு என்ன இந்தப் பக்கம்? வாங்க டீ சாப்பிடலாம்."

அண்ணாச்சி ஸ்டேஷனுக்கு வெளியே இருந்த டீ கடையில் பீட்டருடன் தேநீர் அருந்தினார்.

டீ கிளாசைப் பிடித்திருந்த அண்ணாச்சியின் விரலைப் பார்த்துச் சொன்னான் பீட்டர். நடுவிரலும், அதுக்கு அடுத்த விரலும் இல்லாமல் இருந்தது. காதுக்குக் கீழே கத்தி இறங்கின வடு தெரிந்தது.

"அண்ணாச்சி, அந்தப் போராட்டத்தை நீங்க எடுக்கலைன்னா, எங்க வீடுகளையே நாங்க இழந்திருப்போம்.

உயிரையே கொடுத்து எங்களுக்கு உதவினீங்க. தோழர், ரெண்டு விரலே போச்சு" என்று கரைந்து போய்ச் சொன்னான் பீட்டர்.

அண்ணாச்சி சொன்னார்.

"அதை விடுங்க... மில் கதவடைப்பு என்ன ஆச்சு. என்ன நிலைமை?"

தோழர் விவரித்தார்.

வெயில் உச்சத்துக்கு வந்திருந்தது. செருப்புக்கு மீறி கால் சுட்டது. அண்ணாச்சி தோழரிடம் விடை பெற்றுப் புறப்பட்டார். முட்டு சந்துக்கு வந்து வலப்பக்கம் திரும்பினார். மின்சார ரயிலின் கூக்குரல், கழுதை கத்துவதுபோல் கேட்டது. திரும்பி நாலடி நடந்திருப்பார். அங்கிருந்த பெட்டிக் கடையில், பீடி பற்ற வைத்துக்கொண்டு மூக்கில் புகை வழிய அவரை எதிர்ப்பட்டான் பாஸ்கர்.

பீடி, அவன் வாயிலிருந்து விழுந்தது.

"பாஸ்கர்" என்றார் அண்ணாச்சி.

பாஸ்கர் ஆணி அடித்ததுபோல் நின்றான்.

"பாஸ்கர் சௌக்யமா?"

அவன் அமைதியாக இருந்தான்.

"என்ன இளைச்சுட்டே? உடம்பு கிடம்பு சரியில்லையா?"

அவன் அமைதியாக நின்றான்.

"டீ சாப்பிட்டையா? பலகாரம் சாப்பிடறியா?"

அவன் மண்ணைப் பார்த்துக்கொண்டு நின்றிருந்தான்.

"வா நிழல்லே நிற்போம்"

அவர்கள் சைக்கிள் கடை நிழலில் போய் நின்றார்கள்.

"உன் அம்மா காலமானபோதுகூட நீ ஊருல இல்லையே... நான் வந்திருந்தேன்..."

"ஏன், என்னமோ போலிருக்கே... உடம்பை பார்த்துக்கோ..."

அண்ணாச்சி அவன் சட்டையில் ஊர்ந்த ஒரு பூச்சியைத் தட்டிவிட்டார்.

அவர்கள் சில நிமிஷங்கள், அமைதியாக நின்றுகொண்டு இருந்தார்கள். இடை இடையே, மின்சார ரயிலின் கூக்குரல், வெயில் கவிந்த பகல் பொழுதைக் கிழித்துக்கொண்டிருந்தது.

அண்ணாச்சி, அக்கம் பக்கம் பார்த்து, அவனிடம் கேட்டார்.

"பாஸ்கர், ஏதாவது செலவுக்குப் பணம் வேணுமா என்கிட்டே இருநூறு ரூபாய் இருக்கு"

அவன் அவரை நிமிர்ந்து பார்த்தான்.

"வேணாம்" என்று தோன்ற தலையசைத்தான்.

"சரி நான் வர்றேன். உடம்பை பார்த்துக்கோ…"

அண்ணாச்சி நகர்ந்தார்.

அண்ணாச்சி தன் அறைக்கு வந்து சேர்ந்தபோது மணி இரண்டாகி இருந்தது. மிகுந்த களைப்பாக இருந்தது அவருக்கு. சட்டையைக் கழற்றி ஆணியில் மாட்டி விட்டுப் படுத்தார்.

கதவு தட்டப்பட்டது.

"அண்ணாச்சி…" என்றது ஒரு பதற்றமான குரல்.

அண்ணாச்சி கதவைத் திறந்தார். காளி நின்றிருந்தான்.

"என்ன காளி"

"பாஸ்கர் இல்லே…"

"சொல்லு…"

"மின்சார ரயில்லே விழுந்துட்டான் அண்ணாச்சி… பாடியை போலீஸ் எடுத்துப் போயிருக்கு…"

"எப்போ நடந்துச்சு…"

"இப்போ… ஒரு மணி நேரத்துக்கு முன்னாலே…"

"கடவுளே…"

"அவனுக்குப் போயி பரிதாபம் காட்டறீங்களே…"

அண்ணாச்சி சட்டையை மாட்டிக்கொண்டு புறப்பட்டார்.

1995

❖

ஒரு மதியப் பொழுதில்

அப்புறம் சினிமாவுக்குப் போவது என்று முடிவெடுத்தார்கள். வெயில் கடுமையாக இருந்தது. நியாயமாக அது மழைக்காலம். மழை பெய்துகொண்டிருக்க வேண்டும். ஆனால் இல்லை. தியேட்டருக்கு எதிரே இருந்த பெட்டிக்கடை சார்ப்பு நிழலில் அவர்கள் ஒதுங்கி நின்றார்கள். இரண்டு ரூபாய் கொடுத்து இரண்டு பாக்கெட் தண்ணீர் வாங்கி, நாலு பேரும் பங்கிட்டுக் குடித்தார்கள். சபேசன் ஒரு சிகரெட் மட்டும் வாங்கினான். அதை நாலு பேரும், யாருக்கும் மன வருத்தம் தோன்றாதபடி, பங்கிட்டுப் புகைத்தார்கள்

கிச்சான் என்று அழைக்கப்பட்ட கிருஷ்ணமூர்த்தி, பாக்கெட்டில் இருந்த சில்லறைகளைத் துழாவி வெளியே எடுத்தான். சில நோட்டுகள் சில ரூபாய்கள், பாண்டு அவனிடம் இருந்ததைக் கொடுத்தான். ரூபி, தன்னிடம் பணமே இல்லை என்றான். நாலு டிக்கெட்டுக்குப் போதுமான பணம் தேறி விட்டது. கௌண்ட்டர் திறக்க இன்னும் கால் மணி நேரம் இருந்தது.

நகரத்தின் இருதயமான பகுதியில் அந்தத் தியேட்டர் இருந்தது. தியேட்டரே அந்த நகரத்தின் இருதயம் என்று சொன்னாலும் பழுது இல்லை. ஒரு கூரையின் கீழே ஐந்து அரங்குகள் இருந்தன. ஆனந்தம், மகிழ்ச்சி, சந்தோஷம் என்பன பெரியவை. உவகை, களிப்பு என்பவை சின்ன அரங்குகள்.

எனவே, எப்போதும் அந்தப் பகுதியே ஜனசந்தடி மிகுந்து, சத்தம், கூச்சல், ஆரவாரம் வெளிச்சம் என்று நகரத்தின் ஒரு பகுதி வாழ்க்கையின் குறியீடாக மாறி இருந்தது. கார்கள், ஆட்டோக்கள், பஸ்கள் என்று வாகனங்களின் பேரிரைச்சலில் அரங்குகள் மூழ்கி மிதப்பன போன்று தோற்றம் தரும். பான், பீடா, சூயிங்கம் என்று எதையோ மென்று துப்பிக்கொண்டு திரியும் இளைஞர்களும், இளைஞிகளும் யுகப்பிலத்தின் கதவைத் திறந்து வெளிப்போந்த புது ஜீவராசிகள் என்ற பிரையை முதியவர்களிடம் ஏற்படுத்துவதைப் புரிந்து கொள்ள முடியும். சிவப்புச் சாயம் பூசிய முடியும், வெண்ணெயும், குங்குமமும் கலந்து பிசைந்து செய்த துல்லியமான சருமமும்கொண்டவர்களாக இருக்கும் அவர்கள், கௌண்ட்டருக்கு முன் போட்டிருக்கும் நிழல் சார்ப்பையும் கடந்து வெயிலில் நின்றிருந்தது, சற்றே முரண்தான். எனினும் என்ன? வெள்ளித் திரையில் அவர்கள் காண அவாவும் பிம்பங்களை, அந்தச் சுட்டெரிக்கும் சூரியனுக்குக் கீழேயும் தங்கள் மனவெளியில் நிரப்பிக்கொண்டு ததும்பியபடி நின்றிருந்தார்கள். சித்தி எதுவானால் என்ன? தவம் உக்ரமாகத்தான் இருக்கும்.

அரங்கத்தின் வாய் பிளந்த வெளியில், மனிதர்கள் பலப்பல வாசனைகளுடன் நின்றிருந்தார்கள். ஜென்மாந்தர வாசனைகள். மேலும், ரோட்டோரத்தில் வேர்க்கடலை வறுபடும் வாசனை. வாணலியில் வேகும் வடை, பஜ்—ஜிகளின் வாசனை எனப் பல தினுசுகளின் வாசனைகள். மிகப் பெரிய சுற்றளவுள்ள கருத்த பெண்மணி கூட்டங்களுக்குள் அனாயசமாகப் புகுந்து வெளிவந்துகொண்டிருந்தாள். டிக்கெட்டுக்காக அவளுக்குப் பின்னால் சிலர் அவள் முகம் பார்த்துத் தொடர்ந்துகொண்டிருந்தார்கள். யாரைக் காக்க என்று தெரியாமலேயே, காக்கிச் சட்டையில் சில காவலர்கள் பசித்தவர்களாகக் காம்பவுண்டின் வெளியே நின்றிருந்தார்கள்.

அவர்கள் கவுண்ட்டரின் முன் வந்து நின்றார்கள். ரூபியின் மேல் யாரோ ஒருத்தன் சரிந்தான். ரூபி எரிச்சலுடன் திரும்பி அவனைப் பார்த்து முறைத்தாள்.

“இன்னாப்பா, இன்னா லுக் விட்றே?” என்றான் அவன்.

“மேல உராயாதப்பா” என்றான் ரூபி.

“ஆசையா? வேண்டுதலா? பின்னால இருக்கறவன் என்னைத் தள்ளறான். நான் உன்மேல சரியறேன்... கோவிச்சுக்கிறியே...?”

ரூபியின் முகம் அருவருப்பில் சுருங்குவதைப் பார்த்துச் சிரித்தான் சபேசன். இன்னும் நகரம் ரூபி மேல் படியவில்லை. இன்னும் சின்னமனூர்க்காரனாகவே இருக்கிறான். நகரம் மனிதனைக் காலரைப் பிடித்து இழுக்கும். அவன் அறைக்குள் அத்துமீறிப் பிரவேசிக்கும். அவனுக்காக அதுவே தீர்மானிக்கும். அவனது நுண் உணர்வுகளை அது கட்டை விரல்கொண்டு நசுக்கும். நேற்று மதியம், கிருஷ்ணா கபேயில் ஒரு சண்டை வளர்த்தான் ரூபி. ரூபி சாப்பிட்டுக்கொண்டிருந்தான். கூட்டம் ஜாஸ்திதான். யாரோ ஒருவன் டோக்கன் சீட்டை அவன் இலைக்குப் பக்கத்தில் ஈரத்தில் நனைத்து விட்டு நின்றான். ரூபி, சாம்பாரில் இருந்தான். பொதுவாகவே, அவன் நிதானமாகச் சாப்பிடக்கூடியவன். டோக்கனை வைத்தவன் கால் மாற்றிக் கால் மாற்றி நின்றான். ஏதோ அவசரத்தில் இருப்பவன்போலக் காணப்பட்டான். ரூபியின் இலையையே அவன் பார்த்துக்கொண்டிருந்தான். "இப்போதான் சாம்பாரா. அப்புறம் ரசம், அப்புறம் தயிர், கிண்ணியில் மோர் வாங்கிக் குடிப்பாய்" என்று அவன் பார்வையால் சொல்லிக்கொண்டிருந்தான். கண் வழியாக பேச முடியும். ரூபியால் சாப்பிட முடியவில்லை. பசித்தவனை எதிரில் வைத்துக்கொண்டு சாப்பிட முடியாது.

"கொஞ்சம் அப்படிப் போய் நில்லுங்களேன்" என்றான்.

"என்னத்துக்கு? சாப்பிட்டு எழுந்ததும் நான் உட்காரணும்"

"இலையைப் பார்க்கிறீங்க. நான் எப்படிச் சாப்பிடறது?"

"நான் பாட்டுக்குப் பார்க்கேன். நீங்க பாட்டுக்குச் சாப்பிடுங்க"

ரூபியின் மனசின் ஏதோ ஒரு சாத்தப்பட்ட அறை திறந்துகொண்டது. முரட்டு எருமை ஒன்று வெளியே வந்து, காலால் மண்ணைச் சீய்த்துக்கொண்டு நின்றது.

"மொண்ணை, மொண்ணை. கூர் மழுங்கி மொண்ணை" என்று சொன்ன ரூபியின் முகம், அஷ்டகோணலாகியது. அருவருப்பில் அவன் உடம்பு சிலித்தது. நின்ற நபர், அடிப்பட்டவன்போல் ஆனான். எதற்குத்தான் வசை பேசப்படுகிறோம் என்பதை அவன் அறியாததே, மிகுந்த சோகம். ரூபியைக் கீச்சானும் பாண்டுவும் மிகவும் சிரமப்பட்டு வெளியே அழைத்து வந்தார்கள்.

ரஸம் மங்கிப் போன கண்ணாடியில் முகம் பார்க்கிற வாழ்க்கை இது என்பதை இந்த ரூபி ஏன் புரிந்து கொள்ள

மறுக்கிறான் என்பது சபேசனுக்கு மிக்க வருத்தமாக இருந்தது. என்றாலும், அவனுக்கு நம்பிக்கை இருந்தது. நகரம், எந்தக் கொம்பனையும் மண்டியிட வைத்து, வலிந்த பூட்ஸ் கால்களை நக்க வைக்கும் என்பதில் அசைக்க முடியாத நம்பிக்கை இருந்தது சபேசனுக்கு...

சீட்டைப் பெற்று அரங்குக்குள் சென்று அமர்ந்தார்கள் அவர்கள். கூட்டம் அதிகம் என்று சொல்ல முடியாது.

“இது, இந்த டைரக்டருடைய மூணாவது படம். கடைசிப் படமும்கூட”

“எதனால் அப்படி?”

“இந்தப் படத்தை முடிச்சு, ரிலீசுக்கு முன்னாலயே காலமாயிட்டார் அவர்”

இதைச் சொன்னபோது சபேசனுடைய முகம், உண்மையான வருத்தத்தில் இருந்ததைக் கவனித்தான் ரூபி.

இத்தாலியின் கடற்கரைக் கிராமம் அது. நாடு கடத்தப்பட்ட அந்தப் பெரிய கவிஞர் அந்த ஊருக்கு வந்து சேர்கிறார். அந்தக் கிராமத் தபால்காரன் ஓர் இளைஞன். அவன் பெரிதும் மதிக்கும் அந்தக் கவிஞர் பெயருக்குத் தபால்களைப் பார்த்ததும் அவன் திகைப்படைகிறான். அந்தக் கவிஞரின் வீட்டிலேயே தன் நேரத்தை செலவிடுகிறான். அவரும் அவனை நேசிக்கிறார். அந்த இளைஞன், கவிதைகள் எழுதுகிறான். அவனுக்கு ஒரு காதலி. பிராந்திக் கடையில் அவள் வேலை பார்க்கிறாள். அவளை அசத்தும் படியாக அவன் ஒரு கவிதை எழுதி அவளிடம் தர ஆசைப்படுகிறான். அப்படி ஒரு கவிதையை யார் எழுதுவது? அவன், அந்தப் புகழ் பெற்ற கவிஞரிடம் போய்ச் சொல்கிறான். அவர் ஒரு கவிதை எழுதி அவனிடம் தருகிறார். “நிர்வாணமான ஆத்மா...” என்பதாக ஒரு வார்த்தை வருகிறது. அந்தக் கவிதையைத் தன் காதலன் எழுதியதாகக் கருதி, அவள் ரசிக்கிறாள். தன் மேல் சட்டைக்குள் அந்தக் கவிதையை மறைத்து வைத்துக்கொண்டு அடிக்கடி, எடுத்துப் படிக்கிறாள். கண் கொத்திப் பாம்பான, அவள் அத்தை அந்தக் கடிதக் கவிதையைப் பறித்துப் படிக்கிறாள். என்ன ‘அசிங்கமான’ கவிதை என்று அத்தை கொதிக்கிறாள். என்ன துணிச்சல் இருந்தால் நிர்வாணம் பற்றியெல்லாம் ஒரு போக்கத்த பயல் எழுதுவதாவது? அதுவும் எங்கள் தங்கத்துக்கு?

கவிஞர், தன் கவிதைக்கு அர்த்தம் சொல்ல நேர்கிறது. என்ன துரதிருஷ்டம்? தவறாகப் புரிந்து கொள்ளப்படுதலும்,

தவறான அர்த்தம் சொல்லி கவியிடமே அர்த்தம் கேட்பதும், ஆசியாவின் பிரச்சினை மட்டும் அல்ல. உலகப் பிரிச்சனை போலும். கவிஞர், "அது அப்படி இல்லை" என்கிறார். நீர் சும்மா இரும். உமக்கு ஒன்றும் தெரியாது. இன்னொருவாட்டி அந்த நாய் என் பெண்ணுக்குக் கடிதம் அல்லது கவிதை எழுதட்டும். வகுந்து போடறேன்" என்றபடி அவள் போய்ச் சேர்கிறாள். மறைவிடத்திலிருந்து காதலன் வெளிப்படுகிறான். ஏதோ ஒரு வழியாகக் காதல் கல்யாணம் திகைகிறது.

சர்ச்சின் பாதிரியிடம், கவிஞர் வருவதாகச் சொல்கிறான் காதலன். பாதிரி நம்ப மறுக்கிறார். "கம்யூனிஸ்டுகள், இங்கெல்லாம் வரமாட்டார்கள். அதுவும் அந்த மாதிரிக் கவிஞர்..." என்கிறார் பாதிரி. பாதிரி இப்படிச் சொல்லிக்கொண்டிருக்கும்போதே, கவிஞர் சர்ச்சுக்குள் நுழைகிறார். அவனுக்காகச் சாட்சிக் கையெழுத்தும் போடுகிறார். விருந்துக்கொண்டாட்டங்களில் கலந்து கொள்கிறார். அப்போது, அவர் நாட்டில் அவர்மீது இருந்த தடை விலக்கப்பட்டு விட்டதாகச் செய்தி வருகிறது. கவிஞர். தம் குடும்பத்துடன் புறப்படுகிறார். தபால்காரக் காதலன், தொடர்ந்து பத்திரிகை செய்தி மூலம் கவிஞரின் பயணம் மற்றும் வாழ்க்கை பற்றி அறிகிறான். கவிஞருக்கு நோபல் பரிசு கிடைத்த செய்தியும் அவனுக்கு வருகிறது.

இடைவேளையில் அவர்கள் வெளியே வந்தார்கள் சட்டென்று உஷ்ணம் காந்தியது. இயல்பான உலகம். ஏ. சி.யைக் காட்டிலும், இந்த உஷ்ணம் பொருந்த இருந்தது. சபேசன், மீண்டும் ஒரு சிகரெட் வாங்கி வந்தான்.

"ஒரு சிகரெட்டுக்கு இருபத்து அஞ்சு பைசா ஏத்திவிக்கிறான், பேமானி"

வெளியில் இருந்து வாங்கிட்டு வர்றான் இல்லையா, அதான்"

"வெளியில இருந்து லாரி வச்சு ஏத்திக்கிட்டு வர்றானா சிகரெட்டை?"

"வாங்காம வந்திருக்கலாமே"

"..."

எஸ்பிரஸ்ஸோ காபியின் மணம் சுகமாகப் பரவியது. லேசாகப் பசிக்கவும் செய்தது.

"கவிஞரா வர்றவர் ரொம்ப இயல்பா இருக்கார். இல்லே?"

“மனுஷன் மாதிரி வர்றார், பேசறார். பேசாம இருக்கார்”

“நம்ம ஆளுக காக்காவலிப்பு வந்தவன் மாதிரி பண்ணுவாங்க, கவிஞன்னாலே”

நாலு அடிக்குள் ஒருத்தி, இரண்டு இளைஞருடன் நின்று குளிர்பானம் அருந்திக்கொண்டிருந்தாள். கரும்பச்சை நிறப் புடவையில் இருந்தாள். காதில்கூட பச்சையாகத் தொங்கின. இரண்டு சின்ன ஊஞ்சல்கள்! உதடுகள் அவள் வண்ணம் பூசி இருந்தாள் என்பது நிச்சயம். ஆனால், அது தெரியாத வண்ணம் சாமர்த்தியமாகப் பூசி இருந்ததைச் சிலாகிக்கத் தயாராக இருந்தான் சபேசன். உடனே அவனுக்கு, அவளுக்குக் கடிதம் எழுத வேண்டும் என்பதாய்த் தோன்றியது, அந்தப் படத்தில் வந்த இளைஞன் எழுதியதைப்போல. ஆனால், அவனால் சொந்தமாகவே எழுத முடியும்.

“படுத்துக் கிடந்த பச்சை வயல்...” என்னும் ஓர் அடி தோன்றும் முன்பே, அவனை ரூபி தனியான ஓர் இடத்துக்குத் தள்ளிக்கொண்டு போனான். “நீங்களும் வாங்கடா” என்று மற்ற இருவரையும் அழைத்தான்.

ரூபி, தன் உள்ளங்கையை விரித்தான். அதில் தோல் பர்ஸ் ஒன்று இருந்தது. அவன் அதைத் திறந்தான். சில நூறு நோட்டுகள் ரோஜா வண்ணத்தில் சிவந்த ஐம்பது ரூபாய் நோட்டுகள், தவளை மாதிரி படுத்திருந்தது பர்ஸ்.

“யாருது?”

“தெரியலை, காலில் தட்டுப்பட்டது.”

“என்ன பண்ணலாம்?”

“முன்னால இருக்கிறவன் பர்சாக இருக்கும். கேட்டுப் பார்ப்போம்...”

“தியேட்டர் மானேஜர்கிட்டே கொடுக்கலாம் அல்லது நேரா போலீஸ்ல கொடுக்கலாம்.”

“போலீஸ்ல கொடுக்கிறதைவிட நாமே வச்சுக்கலாம்.”

“அதுவும் சரிதான்.”

பெற்ற தனத்தை இழக்கவாவது என்ற எண்ணமே ஓங்கி இருப்பதாகஎல்லோருக்கும்தோன்றியது.பேசிக்கொள்ளவில்லை, புரிந்தது கடைசியாக ரூபியே ஒரு தீர்வைச் சொன்னான்.

“யாரும் பர்ஸைத் தேடினானா, கொடுத்திடலாம்”

அவர்கள் இருட்டுக்குள் தங்கள் இடத்தில் அமர்ந்தார்கள்.

சபேசன் மனதில் அடுத்த அடி தோன்றியது.

"பழுத்துத் தொங்கிய உலோகப் பச்சை"

தபால்கார இளைஞன், கவிஞரைப் பற்றிய செய்தி வருகிறபோதெல்லாம், அதைத் தன் மனைவியிடம் சொல்லிப் பெருமை அடித்துக் கொள்கிறான். கவிஞர், தன் நாடு கடத்தல் வாழ்க்கையைப் பத்திரிகைகளில் எழுதுவதை அவன் தொடர்ந்து வாசிக்கிறான். தன் ஊர், தங்கள் கிராமத்தைப் பற்றி அவர் குறிப்பிடவில்லையே என்று மனைவி கேட்கிறாள். அவர் தகுதிக்கு இதைப் பற்றியெல்லாம் அவர் பேசுவார் என்று எதிர்பார்க்கலாமா என்று அவன் கேட்கிறான். ஆனாலும் அவன் வருத்தம் வேறு. கவிஞர் அவன் ஊர் கடற்கரையைப் பற்றிச் சொல்லவில்லை. மற்றும் பறவைகளையும் பற்றி அவன், டேப் ரிக்கார்டருடன் கடற்கரைக்குச் சென்று கடலின் சம்பாஷணையைப் பதிவு செய்கிறான். பறவைகளின் உசாவலையும்கூட. அதைக் கவிஞருக்கு அவன் அனுப்பப் போகிறான்.

தொழிலாளர் பேரணி நடைபெறுகிறது. அதில் இளைஞனும் கலந்து கொள்கிறான். கூட்டத்தில் அவனும் பேசும்படி நேரிடுகிறது. அவன் மேடையில் கவிஞரின் கவிதைகளை உணர்ச்சியுடன் பேசுகிறான். போலீஸ் துப்பாக்கி சூடு நடத்துகிறான். ஒரு குண்டு அவனைச் சாய்க்கிறது...

சபேசனுக்கு முன்னால் இருந்த நாற்காலி வரிசையில் இருந்த ஒருவன் எழுந்தான். திரையை அவன் மறைப்பது, இவனுக்குச் சங்கடமாக இருந்தது. எழுந்தவன் குனிந்து எதையோ தேடத் தொடங்கினான். தன் பாக்கெட்டுகளைத் தொட்டுக்கொண்டான். பதற்றத்துடன்கூடிய குரலுடன், அவன் இவர்களிடம் கேட்டான்.

"பர்சைக் காணம். யாராவது பாத்தீங்களா?"

அழுகையின் விளிம்பைத் தொட்டுக்கொண்டிருந்தது அந்தத் தீனக்குரல்.

சபேசன் ரூபியை, இருளின் ஊடே பார்த்தான். அவன் தலையசைத்தான். இருவரும் எழுந்தார்கள்.

"வெளியே வாங்க"

மூவரும் வெளியே, சிலரின் காலை மிதித்தபடி வந்தார்கள்.

அந்த இளைஞன் கல்லூரி மாணவன்போலத் தெரிந்தான்.

"இந்தப் பர்சா...!"

ரூபி காட்டினான்.

"உம்..."

"எவ்வளவு இருக்கு?"

அவன் தொகையைச் சொன்னான்.

"கரண்ட் பில்கூட அதுல இருக்கு சார்..."

இருந்தது.

ரூபி, பர்ஸை அவனிடம் கொடுத்தான். கண்கள் பளபளக்க அவன் அதைப் பெற்றுக்கொண்டான்.

அவன் முனைப்பு இவர்களுக்குப் புரிந்தது.

"வாங்க சார்... கூல்டிரிங்க்ஸ் சாப்பிடலாம்"

அவர்கள் மறுத்துவிட்டு, அரங்குள் நுழைந்தார்கள்.

... கவிஞர் ஏதோ பயணத்தின் ஊடாக அந்த ஊருக்கு, அந்த வீட்டுக்கு வருகிறார் தம் மனைவியுடன். வீட்டுக்குள்ளிருந்து ஒரு பந்து வெளியே வந்து விழுகிறது. தொடர்ந்து ஒரு சிறுவன் வெளியே வருகிறான். உள்ளிருந்து பெண் குரல்.

"பேப்லோ, தெருவுக்குப் போகாதே"

கவிஞர் அந்தக் குழந்தையைப் பார்க்கிறார். குழந்தையின் தாயும் வெளிப்படுகிறாள். தபால்கார இளைஞனின் மனைவி.

கவிஞரைப் பார்த்துத் திகைக்கிறாள்.

"எங்கே உன் கணவர்?"

அவன் குண்டடி பட்டுச் செத்ததைச் சொல்கிறாள் அவள். அவன் அவருக்கு அனுப்ப வைத்திருந்த கேசட்டை அவள் கவிஞருக்குத் தருகிறாள்.

கவிஞர், கடற்கரையில் தன்னந்தனியாக உலவிக்கொண்டிருக்கிறார்...

அவர்கள் வெளியே வந்தார்கள். வெயில் குறைந்து இருந்தது. கடற்காற்று வீசத் தொடங்கி இருந்தது. அந்த இளைஞன் இவர்களைத் தேடி வந்து "ரொம்ப நன்றி சார்" என்றான்.

சபேசன் கண்களில் அந்தப் போஸ்டர் பட்டது. பேப்லோ நெரூடா கடற்கரையில் நடந்துகொண்டிருந்தார். காற்றில் கலந்து போன, தபால்கார இளைஞனைத் தேடுகிறார் போலும் என நினைத்துக்கொண்டான்.

தூரத்தில், ஜனக் கூட்டத்தை ஊடறுத்துக்கொண்டு போய்க்கொண்டிருந்தான், பர்ஸை அடைந்த இளைஞன்.

கவிதையின் மூன்றாவது அடியை யோசிக்க ஆரம்பித்தான் சபேசன்.

2001

❖

ஓடாத பிள்ளையாரும் ஓடிய காவேரியும்

ஆட்டோ செல்வராஜுதான் அப்படி ஒரு அறை இருப்பதை எனக்குச் சொன்னான். பெரிய மொட்டை மாடி. அதில் ஒரு விசாலமான அறை. சமையல் அறை, குளியல் அறை, தண்ணீர் மாடிக்குச் சுலபமாக வரும். தண்ணீர், கங்காப் பிரவாகம். சுவையோ, இளநீர் தோற்றுப் போகும், என்றெல்லாம் தரகன் சொன்னானாம். அவன் சொன்னதில், பத்து சத வசதி இருந்தால்கூடப்போதும் என்று செல்வராஜு சொன்னான்.

மொட்டை மாடி தனிஅறை. தனி வழி என்பதே எனக்குப் போதுமானதாக இருந்தது. தண்ணீர். அந்தப் பட்டணத்தில் தேவைக்குக் கிடைத்தால், அது சாதா வசதி அல்லவே, சொர்க்க வசதிதான். அறை எங்கே என்றதற்கு, ஆபீஸ் அன்னதாதா ரங்கலட்சுமி தெருவில் இருப்பதாகச் சொன்னான். அது என்ன "ஆபீஸ்" என்றதற்கு வெள்ளைக்காரனிடத்தில் முதல் முதலாக ஆபீசில் வேலைக்குப் போன ரங்கலட்சுமியின் பிராபல்யத்துக்காகத் தெருவுக்கு வந்த பெயர் என்றான். அந்தப் பெயர் என்னைக் கிளர்ச்சி செய்தது. முதல் முதலாக ஒரு ஸ்திரீ ஆபீஸ் உத்தியோகத்துக்கு, காலில் செருப்பு போட்டுக்கொண்டு ஜட்கா வண்டியில் ஊரார் வியந்து அல்லது பொறாமையோடு பார்க்கக் கம்பீரமாகப் போவது என் மனசில் தோன்றியது.

அது என்ன அன்னதாதா என்றதுக்கு, ரங்கலட்சுமியின் அப்பா, பினாகமுதலி பெரிய வள்ளலாகவும், அடையா நெடுங்கதவும், கொண்ட தன் வீட்டுக்கு வருவோர்க்கெல்லாம் அன்னம் பாவித்ததன் அழியாத நினைவில் அந்தப் பெயராம் என்று செல்வராஜு சொன்னான்.

அறையை உடனே பார்க்க ஆசைப்பட்டேன். அவன் ஆட்டோவிலேயே என்னை அழைத்துக்கொண்டு போனான். ஆட்டோ மட்டுமே போகக்கூடிய சின்னச் சந்துதான். அதுவும் ஊருக்குச் சற்றுத் தள்ளிய அல்லிக்குளம் பகுதியில்.

"ஏரியா ஒரு மாதிரின்னு சொல்வாங்களே, செல்வராஜு அடிதடி, வம்பு, வழக்குன்னு ஆட்கள் திரிவார்களாமே" என்றதற்கு அவன் தத்துவார்த்தமாகப் பதில் சொன்னான்.

"எந்த ஏரியாவில்தான் நூறு சதம் சத்தியவான்களும், யோக்கியர்களும் வாழ்கிறார்களாம்? நமக்குள்ளே மிருகங்கள் இல்லையா? மனிதர்களைக் காட்டிலும் அதி விஷ ஜந்துக்கள் இருக்கிறதா? என்றான்.

வீட்டுக்கார அம்மாள் கதவைத் திறந்தாள். மத்திய வயசு. மசாலா வாசனையுடன் என்னைக் கண்ணால் அளவெடுத்த படி விவரம் கேட்டுக்கொண்டு சாவியைக்கொண்டு வந்து கொடுத்தாள். விசாலமான மாடிதான். நூறு வேட்டிகள் காயப்போடலாம். மத்தியில் இருந்து அறை. நீள வாக்கில், ஜன்னலைத் திறந்ததும் காற்று தலைமுடியைக் கலைத்தது. ஏதோ ஒரு கோயில் கோபுரம் தெரிந்தது.

"சிவன் கோயில்" என்றான். "கூடிய சீக்கிரமே, சீத்தா, நம்ம கோயிலையும் நம்பர் ஒன்னா மாத்திக் காட்டறேன்" என்றான்.

"எப்படி இருக்கார், பிள்ளையார்?"

"அவருக்கு என்ன? வெள்ளிக்கிழமை சுண்டலும், தினம் வாழைப்பழமும் சாப்பிட்டுக்கொண்டு அமர்க்களமாக இருக்கார். இப்ப எல்லாம் கொஞ்சம் காசும் உண்டியல்ல விழும். அவர் தேவைக்கு அவர் சம்பாதிச்சுக்குவார். நமக்குக் கவலை இல்லை.

கட்டைச் சுவரில் சாய்ந்துகொண்டு வேடிக்கை பார்த்தோம். ஒரு ஜோடிக் காக்கைகள் சற்று தூரத்தில் வந்து உட்கார்ந்து எங்களைப் பார்த்துத் தலையை ஒரு பக்கம் சாய்த்து, நிதானித்து பறந்து சென்றன.

"என்ன நினைச்சிருக்கும் அந்தக் காக்காய்கள்?" என்று கேட்ட செல்வராஜுதானே பதிலையும் சொன்னான்.

"இவ்ளோ காலமா, இவன்களோட பழகறோம். இன்னும் இந்தப் பயங்களை நம்ப முடியவில்லையேன்னு நினைச்சுக்குமோ என்னமோ..."

வீட்டுக்கார அம்மாளிடம் சாவியைக் கொடுத்தோம். மீன் வறுபடும் வாசனை வந்தது. குளத்து மீன் வாசனை, குரவையாக இருக்கும்.

நான் வீதிக்கு வந்துவிட்டேன். செல்வராஜு மட்டும் தனியாகப் போய் அந்த அம்மாளிடம் பேசிவிட்டுத் திரும்பினான்...

"என்னவாம்...?"

"வாடகையெல்லாம் ஓ. கே. உன் ஒழுக்கத்துக்கு உத்தரவாதம் கேக்குது அந்த அம்மா."

"எனக்கு என்னாலயே உத்தரவாதம் கொடுக்க முடியாதே."

லாட்ஜில் இறங்கிக்கொண்டு, "ரொம்ப நன்றிப்பா... என்னைக் காப்பாத்தினதுக்கு" என்று சொன்னேன்.

"பாம்புகிட்டே இருந்தா?"

"பின்னே...?"

அது ஒரு அனுபவம். என் நண்பரும் ரசிகருமான சாமி என்றழைக்கப்படும் நாராயணசாமி ஒருநாள் என் அறைக்கு வரும்படி ஏற்பட்டது. திகைத்துப் போன அவர், "இது என்ன?" என்றார்.

"என் வீடு, வானத்துப் பறவைகளுக்கு கூடு, மனிதர்களுக்கு வீடு"

"இது வீடும் இல்லை, அறையும் இல்லை, அறை என்றால் ஜன்னல்? வெளிச்சம்?"

அவர் சொன்னது உண்மைதான். என் வாடகைக்குச் சக்திக்கு ஏற்ப அதுதான் பிடித்திருந்தது. ஜன்னல் இல்லை. ஒரு வெண்டிலேட்டர் மாத்திரம் மிகவும் மேலே கூரையை ஒட்டி இருந்தது. அதில் கதவை எத்தனை முறை திறந்து வைத்தாலும், அதுவாகச் சாத்திக் கொள்ளும். அதன் வழிக் காற்று வரச் சாத்தியம் இல்லை. வரும் காற்றும், யாரோ ஒரு கவிஞன் சொன்னதுபோல, தாசி வீட்டுக்கு முதல் முறை போக நேர்ந்த சம்சாரியைப்போலத்தான் தயங்கியபடி வரும். அறைச் சுவரில் வண்ணம் இற்றுச் சுழன்று, ஒடுக்கு விழுந்த அலுமினியப் பாத்திரம்போல இருந்தது. கட்டில் மட்டும் போடுமாறு அறையின் விஸ்தீரணம் அமைந்திருந்தது. ஒரு மேசைக் குட்டி. அதில் அருகில் ஒரு நாற்காலிக் குட்டி...

“இந்த அறையில் எப்படி வாசம் செய்கிறீர்கள்?

“செய்கிறேன். இதுவும் இல்லாமல் பிளாட்பாரத்தில் மக்கள் வாழத்தானே செய்கிறார்கள்.”

“உஸ்... உதவாத பேச்சு? இது அறை அல்ல. காய்கள் பழுக்கப் போடும் கிடங்கு. இதில் எப்படிப் படிக்க? எழுத? மேசையிலிருந்து பார்த்தால், ஒரு வேம்பு பூத்துச் சொரிவதைப் பார்க்க வேண்டாமோ? வெளிச்சம், வளர்ப்பு நாய் வீட்டில் நுழைவதுபோல ஓடி வர வேண்டாமோ? உடனே கிளம்புங்கள்!

“எங்கே?”

“என் இருப்பிடத்துக்கு. தெரியுமோ, அது பழங்கால அரண்மனை. இன்றைய ஜமீன்தார், எனக்கு இரண்டு அறைகளை ஒழித்துக் கொடுத்திருக்கிறார். சுற்றி ஒரே காடு மயம்தான். ஆலமரம் என்ன, வேப்பன், நுனா என்ன, மா என்ன? தோப்பு, தோப்புக்குள் வீடு. மா மரங்களில் இருந்து குயில்கள் கூவுவதைச் சற்று யோசித்துப் பாருங்கள்...”

எனக்குக் குயிலோசை, காதில் குத்தல் எடுத்தது. என்ன அழகான சொற்றொடர். தோப்புக்குள் வீடு, சொன்னவர், என் மேல் மிகுந்த அன்புள்ளவர். நான் இப்படிப்பட்ட அறையில் வாழ்வதை உண்மையாகவே விரும்பாதவர். வருத்தப்பட்டு அழைக்கிறார். அடுத்த வாரமே அறையைக் காலி செய்துவிட்டுப் புறப்பட்டேன். என் உடைமைகள் ஆட்டோவுக்குள் அடங்குபவை. அவற்றில் பெரும் பகுதியும் புத்தகங்கள். சாமியும் என்னை அழைத்துக்கொண்டு போக வந்திருந்தார். செல்வராஜு ஆட்டோவை ஓட்டிக்கொண்டு என்னுடன் வந்தான்.

பகுதிக்கு ஜெமீன்தார் காலனி என்று பெயர். ரயில் நிலையத்தை ஒட்டி இருந்தது, எங்கள் மாளிகை. சாயங்கால வெயில் எலுமிச்சை நிறத்தில் இருந்தது. மாளிகையின் வாசலின் படிகள் இடிந்திருந்தன.

“பார்த்து வாங்க” என்றார் சாமி.

சாமி சொன்னது பொய் இல்லை. மரங்கள் தோப்பு மாதிரி அடர்ந்து செழித்திருந்தன. பறவைகளின் மாலை நேர உரையாடலைக் கேட்க முடிந்தது. தீனி வேட்டைக்குச் சென்ற இடத்து அனுபவங்களைப் பரிமாறிக்கொண்டதாக இருக்கலாம். அவரவர்களுக்கு அவரவர் உலகம். அவரவர் கவலைகள், பொக்கையும், போறுமான நீண்ட நடை பாதையைக் கடந்து, பெரிய வரவேற்பு அறையையும் கடந்து ஒரு அறைக்கு வந்து சேர்ந்தோம்.

“இதுதான் உங்கள் அறை”

அறை என்பது உபசார வழக்கு. ஓர் ஒற்றைப் படுக்கை அறை. வீட்டை அதற்குள் வைத்துப் பொட்டலம் கட்டலாம். எண்ணினேன். எட்டு ஆள் உயர ஜன்னங்கள் இருந்தன. வாசல்கதவு ஒரு யானை தாராளமாக புகுந்து வரலாம்படி இருந்தது. நாலு வயிறு உப்பிய மோஸ்தர் மின் விசிறிகள், மிக்க வருத்தமுடன் முனகியபடி தம் கடமையைச் செய்துகொண்டிருந்தன.

“அதை எப்படி?”

“எதேஷ்டம். ஜெமீன்தார் எங்கே இருக்கிறார்?”

“பக்கத்துத் தெருவில். புழங்கும் படியாக அரண்மனையில் இரண்டு அறைகள்தான் இருக்கு. மற்ற பகுதி விரிசல் விட்டு, ரொம்ப மோசமான நிலையில் இருக்கு. இந்த மழைக்காலம் தாங்காது என்கிறார்கள்.

புத்தகக்கட்டுகள், படுக்கை இவைகளை ஒரு மூலையில் வைத்தோம்.

“பக்கத்தில்தான் டீ கடை”

நாங்கள் டீ கடைக்குப் போனோம். வழக்கமான சின்ன டீ கடை. நீளமான இரண்டு பெஞ்ச் இரண்டும் நிரம்பி இருந்தன. ஒரு பெஞ்ச்சில் இருந்து அழுக்கு வேஷ்டி, கை வைத்த பனியன், அதன் மேல் ஒரு சிட்டைத் துண்டு, பரட்டைத் தலை, விபூதி குங்குமத்தோடு தோற்றம்கொண்ட வயதான மனிதர் எங்களை நோக்கி வந்தார். அவர் இடக்கையில் ஒரு டீ கிளாஸ் இருந்தது.

சாமி, அவரை எங்களுக்கு அறிமுகம் செய்து வைத்தார்.

“சார்தான் அரண்மனை ஜெமீன்தார். இவர்தான் நான் சொன்னேனே, என்னோடு தங்கப் போறவர்னு.

“யாரேனும் பேஷா தங்கிக்கலாமே. சும்மா கிடக்கிற இடம், உங்களையும் நான் கேள்விப் பட்டிருக்கிறேன். ரொம்ப சந்தோஷம்”

அவர் வார்த்தைகளின் மிருதும், சொன்ன விதமும் என்னைக் கவர்ந்தது. பெரிய மனிதத் தோரணை மிக இயல்பாக வெளிப்பட்டது.

நான் நன்றி சொல்லிக்கொண்டேன். அவர் புறப்பட்டுப் போன பின், சாமி, “ரொம்ப தங்கமான மனுஷன். வாடகைன்னு நான் கொடுத்தா வாங்கிக்குவார். ஒருநாள்கூட அவர் கேட்டதில்லை. வறுமை பிச்சுத் திங்கறது. பணம் வாங்கறபோது, ரொம்பக் கூசிப் போவார்.

சங்கு சுட்டாலும் வெண்மை தரும். ஜெமீன்தாரிடம் பரம்பரையாக வந்து சேர்ந்த கத்தி ஒன்று இருக்கிறதாம். பெரிய

பட்டாக் கத்தி. பல போர்களைக் கண்ட ஆயுதம். ஆனால் இப்போதைக்கு அதனால் வெங்காயம்கூட நறுக்க முடியாது.

செல்வராஜு விடை பெற்றுப் போனான்.

ஒரு பழைய காலத்து, வேலைப்பாடு மிகுந்த நாற்காலியை ஜன்னல் ஓரம் நகர்த்தி அமர்ந்தேன். ஜன்னல் வழியாக இருளில் எழுதிய ஓவியம்போல மரங்கள் தெரிந்தன. கரகரத்த மன அசைவுகள் அரண்மனையை முதுமைச் சுமையால் அழுந்தி விட்ட பெருமூச்சுபோல் எனக்குத் தோன்றியது. வீடுகள் சிரிக்கும், அழும், கம்மென்று சில வேளை இருக்கும். குளிக்காது. மூன்று நாள் தாடியோடு காணப்படும் வீடுகள் உண்டு. இது படுக்கையில் கடைசி நேரத்தில் கிடக்கும் நோயாளியின் முகம்.

குளிக்க வேண்டும்போல இருந்தது. மாலையும் குளிக்க வேண்டும் எனக்கு. சாமி அறைக்குப் போய், குளியல் அறைக்கு வழி கேட்டேன். நடைபாதையைச் சுற்றி, அதன் மறுபக்கத்தில் சற்று தூரத்தில் இருந்த ஒரு கட்டடத்தைக் காட்டினார்.

நான் துண்டு, சோப்புடன் புறப்பட்டேன்.

"எதுக்கும் கையைத் தட்டிக்கொண்டு, சத்தம் எழுப்பிக்கொண்டு போங்கள்"

"எதுக்குச் சத்தம்?"

"இல்லை. புல், மரங்கள் செடிகளுக்கிடையே குறுக்காகச் சனியன்கள் படுத்துக் கிடக்கும்.

"எது படுத்துக் கிடக்கும்"

"அதான், பாம்புகள். ஆனால் கடிக்கிறதில்லை. ஜெமீன்தாரின் தாயாருக்கு அவர் காலத்து ஒரு நாகம், கையில் அடித்துச் சத்தியம் பண்ணிக் கொடுத்ததாம்."

"லைட் இருக்கும் இல்லையா?"

"இல்லை பகலில்தானே குளியல். விளக்கு எதுக்கு? ராத்திரியில் அவரசம்னா, இப்படி, மரத்தடியிலேயே போகலாம். இந்தக் காட்டில் யார் பார்க்கப் போகிறார்கள்?"

புல் தரையை மிதித்து, நடக்கவே பயமாக இருந்தது. மரக்குச்சிகள் எல்லாம் நெளிவதுபோலவே தோன்றியது. எந்தச் சின்னச் சத்தமும் "புஸ்" என்று சீறலாகவே காதில் விழுந்தது.

ஒரு வழியாகக் கதவைத் தொட்டுவிட்டேன். கதவு திறந்துகொண்டது. பூட்டு, தாழ்ப்பாள் எதுவும் இல்லை. கண்ணைக் கூர்மையாகப் பழக்கப்படுத்தி வாளியை அடையாளம் கண்டேன். அவசரம் அவசரமாக, தரையைச் சுவர் ஓரத்தைப் பார்த்தபடியே

குளித்தேன். மூடிய கதவு தானாகவே திறந்துகொண்டது. கைலியைக் கட்டிக்கொண்டு ஓடி வந்து அறைக்குள் புகுந்தேன்.

கண்ணாடி முன் நின்று தலைவாருகையில், தப்பு செய்து விட்டோமோ என்று நினைப்பு வந்தது. முதலில் இடத்தைப் பார்த்துவிட்டு முடிவு செய்திருக்க வேண்டும். வார்த்தைகளை மட்டுமே நம்புவது பிசகு என்கிற அனுபவ ஞானத்தையும் பெற நான் கொடுக்க வேண்டிய விலை பெரிதாக இருக்குமோ?

சாமி இட்லி வாங்கி தந்தார். சாப்பிடும்போது கேட்டேன், அவர் சொன்னார்:

“இந்த தோட்டத்துக்கே நாகப் பூங்கான்னுதான் பெயராம். மூத்த ஜெமீன்தார்கள் எல்லோர்க்கும் நாகராஜன்னுதான் பேர் இருக்குமாம். பாம்பு அவர்களுக்குக் குல தெய்வம்.”

“ஆனா, இப்படி இருட்டுலயோ, பகல்லையோ மிதிச்சா தெய்வம் கடிக்காமே இருக்குமா?”

“பாம்புக்கு போய்ப் படப்படறீங்களே...”

“பயம் மட்டும் இல்லை. ஒரு வகையான அருவருப்பு”

கதவைச் சாத்திக்கொண்டேன். படிக்கலாம் என்று ஒரு புத்தகம் எடுத்துக்கொண்டு. படுக்கையை விரித்தேன். தலையணையைத் தூக்குகையில் ஒரு முழம் நீளத்தில் ஒன்று நெறிந்து ஓடியது. பார்த்துக்கொண்டிருக்கும்போதே கதவுக்குக் கீழ் இருந்த தண்ணீர் ஓடும் சந்தின் வழி அது மறைந்தது. நான் சாமியின் அறைக்குப் போனேன். எழுந்து லைட்டைப் போட்ட சாமி “என்ன” என்றார். சொன்னேன்.

“குட்டிப் பாம்பா? அப்படீன்னா, அதோட தாய் தந்தை எல்லாம் இங்கதான் இருக்கணும்”

“இல்லை... இரவு தூங்க முடியாமல் போகும் போலிருக்கே.”

“கவலைப்படாதீர்கள். மேலே பாருங்கள். மரப்பலகைச் சட்டம் போட்ட விதானம். அங்கதான் நிறைய இருக்கும்னு ஜெமீன்தார் சொல்லியிருக்கார். ஆனா கடிக்காது. சத்தியம் செய்திருக்கு ஜெமீன்தார் அம்மாவுக்கு”

நான் மீண்டும் அறைக்கு வந்தேன்.

ஜாக்கிரதையாய் படுக்கையை உதறிப் போட்டேன். தாய் தந்தை யாரும் இல்லை. விளக்கை அணைக்காமல் படுத்துக்கொண்டேன். கூரையைப் பார்த்துக்கொண்டிருந்தேன். தூங்கக்கூடாது என்று நினைத்தேன். ஆனால் தூங்கிப் போனேன். பிறகு திடுமென விழித்துக் கொள்வேன். படிக்க விருப்பம். அர்த்தம் மூளையில்

ஏறவில்லை. என்னை நான் சபித்துக்கொண்டேன். ஒரு வழியாக விடிந்தது. சட்டையைப் போட்டுக்கொண்டு அரண்மனையை விட்டு வெளியே வந்தேன். நேராக செல்வராஜின் வீட்டை நோக்கி நடந்தேன். ஒரு டீ கடையில் டீ சாப்பிட்டுக்கொண்டே நடந்ததை கேட்டான் செல்வராஜு

"ரைட் இன்னிக்கு ராத்திரி, வேற இடத்துல நீ படுக்கிற"

பிள்ளையார் கோயில் மணி ஒன்றுதான் என்னை நிதம் எழுப்பியது. செல்வராஜுதான் மணியை ஒலிப்பான். நான் மாடியில் வந்து உலகத்தைப் பார்த்தேன். உலகம் உறங்கிக்கொண்டிருந்தது. எதிர் வீட்டில் காவேரி இன்னேரம் எழுந்திருப்பாள். காபி போடும் வேளையிலிருந்து, அவள் நித்தியப் பணி தொடங்கி இருக்கும். என் வீட்டுக்கு நேர் பின்னால் இருந்தது செல்வராஜின் பிள்ளையார் கோயில்.

செல்வராஜு பிள்ளையார் கோயில் உரிமையாளரானது ஒரு தற்செயல். சேட்டு மூலை, மார்வாடிக் கடைகளின் வரிசையால் ஆனது. அதனால் அவப்பெயர் சேட்டு மூலைக்கு. முனையில் ஒரு பெரிய அரசமரம். நிழலில் ஆட்டோக்காரர்கள் ஸ்டாண்டு போட்டிருந்தார்கள். அரசமரத்தடி மேடையில் மரத்தை ஒட்டியபடி ஒரு கல் பிள்ளையார் இருந்ததை செல்வராஜு கண்டிருக்கிறான். ஒரு மண் குதிரை, சில ரிஷி பொம்மைகள் என்று சின்னச் சின்ன பொம்மைகள், பிள்ளையாரை மறைத்திருந்தன. என்னமோ யோசனையுடன் இடத்தைச் சுத்தம் செய்தான். எதிர்வீட்டுச் சேட்டு அம்மாளிடம் குடம் வாங்கி, இடத்தைக் கழுவிவிட்டான். சாயங்காலம் பார்வதியை அழைத்துக்கொண்டு வந்து கோலம் போடச் செய்தான். இரவே, அவன் அறிந்த குருக்கள் ஒருத்தரை பார்த்துச் சில சந்தேகங்களை நிவர்த்தி செய்துகொண்டான்.

அடுத்த கிழமை வெள்ளிக்கிழமையாய் அமைந்தது. குருக்கள் வந்து, சுவாமிஜியை நீராட்டி, புஷ்ப மாலைகள் போட்டு, முறைப்படி விபூதி அணிவித்து, மந்திரம் சொல்லி அர்ச்சனை செய்தார். கேலி பேசிய ஆட்டோ தோழர்கள், பயபக்தியோடு திருநீறு வாங்கி நெற்றியில் இட்டுக்கொண்டார்கள். அன்று சாயங்காலம், மறுநாளை காலையிலிருந்து, செல்வராஜே முதலில் சூடம் கொளுத்தி, ஒழுங்காகப் பூஜை செய்யத் தொடங்கினான். பிள்ளையார் குறித்த அகவல் புத்தகம் வாங்கிப் பாராயணம் செய்துகொண்டான். நாளடைவில், தலை முடியும் தாடியும் வளர்ந்த, சற்றேறக் குறைய ஒரு சாமியாரைப்போலத் தோற்றம் கொடுக்கத் தொடங்கினான் செல்வராஜு.

பிள்ளையாருக்கு ஒரு பெயர் கொடுக்க வேண்டிய ஸ்திதிக்குக் கோயில் வளர்ச்சி அடைந்தது. உண்டியல் வாங்கி, பலமான சங்கிலி போட்டு பிணைத்தான். செல்வராஜுக்கு ஆட்டோ சாமி என்று பெயர் ஏற்பட்டது. ஒருநாள் அவன் ஆட்டோவில் பிரயாணம் செய்தபோது, என்னைத் தெரிந்துகொண்டு, பிள்ளையார் விஷயத்தைச் சொல்லி பிள்ளையாருக்கு ஒரு பெயர் வேண்டும் என்றான். பல பேரைச் சொன்னேன். கடைசியில் ஆட்டோ செல்வ சக்தி விநாயகர் என்ற பேரை சந்தோஷத்துடன் ஏற்றுக்கொண்டான். விநாயகருடன் அவன் ஆட்டோ மற்றும் செல்வாரஜ் என்கிற அவன் பெயர் எல்லாம் இணைந்ததில் மிகுந்த சந்தோஷம். நானும் ஒரு நாள் போயிருந்தேன். ஆட்டோ செல்வ சக்தி விநாயகர் ஆலயம், உபயதார் மற்றும் உரிமை: ஆட்டோ செல்வராஜு என்று போர்டு கிளையில் தொங்க, அதன் கீழே பிள்ளையார் மினுமினுப்போடு விளங்கினார். எனக்காகச் சூடம் கொளுத்தி, "வேழ முகத்து விநாயகனைத் தொழ வாழ்வு மிகுந்து வரும். வெற்றி முகத்து விநாயகனைத் தொழப் புத்தி மிகுந்து வரும்..." என்ற பாடலைச் சொல்லி, ஆரத்தித் தட்டை நீட்டி விபூதி கொடுத்தான்.

ஒரு நாள் கேட்டேன்.

"உன் நோக்கம் என்ன? எதுக்கு உனக்குக் கோயில்?"

"தெரியலை சீத்தா, மனசுக்குத் திருப்தியா இருக்கு"

காலை ஐந்தரை தொடங்கி ஏழுவரை கோயில், அப்புறம் ஆட்டோ பிழைப்பு. சாயங்காலம் ஏழு முதல் ஒன்பதுவரை கோயில். அப்புறம் வீடு என்று வாழ்க்கையை அமைத்துக்கொண்டான். உண்டியலில் காசு சேரவும், அதைப் பாதுகாக்க என்றே சப்பாணியாக இருந்த ஒருத்தனை நியமித்துக்கொண்டான்.

என் புதிய அறைக்குப் பின்னாலேயே இருந்தார் ஆட்டோ விநாயகர். முன்னால் இருந்தாள் காவேரி. கணக்கு சம்பந்தமான அரசு உத்தியோகத்தில் இருப்பதாக செல்வராஜு சொல்லி இருந்தான். ஒரு வயதானவர் அந்த வீட்டில் இருந்தார். காவேரியின் தாத்தா என்றிருந்தேன்.

"இல்லை கணவர்" என்றான் அவன்.

எனக்கே அது உண்மையாக இருக்கும் என்பதை நம்ப விரும்பவில்லை. ரொம்ப வருத்தமாக இருந்தது. ஒரு பெரிய கதை இருக்கிறது காவேரியிடம். எல்லோரிடமும் குறைந்த பட்சம் ஒரு கதை இருக்கிறது.

சரியாக ஏழு நாற்பத்து ஐந்துக்கு அவள் மாடிக்கு வருவாள். வெயிலில் கூந்தலை உலர்த்துவாள். எட்டு ஐந்து வரைக்கும் மாடியில்

இருப்பாள். என் மாடியில் நானும், நான் நிற்பது அவளுக்குத் தெரியும். ஒருமுறைகூட அவள் என் பக்கம் திரும்பியது இல்லை. என் ஸ்திதி, என் பார்வை அவளைத் தொந்தரவு செய்ததாகவே இல்லை. ஒரு பேப்பர் வெயிட் மாதிரி, அவள் கட்டி வைத்திருக்கும் கொடிக்கயிறு மாதிரி என்னை அவள் பாவித்தாள். ஆனால், எனக்கும் அது பொருட்டில்லை. நான் பார்ப்பது முக்கியம், பார்க்கப்படுவது அல்ல.

எட்டு நாற்பதுக்கு குடை, கஞ்சி போட்ட காட்டன் புடவையோடு ஆபீஸ் கிளம்புவாள். தாத்தா — தாத்தாதான் — பத்து மணிக்குக் காக்காய்க்குச் சோறு வைப்பார். மாடியில் கைப்பிடிச் சுவரில் காக்கைகள் அவருக்கெனக் காத்திருக்கும்.

வெயிலில் ஊறுகாய்ச் சீசாக்கள், வடகம், பயறு வகைகள் காய்ந்தபடி இருக்கும். எள் காய்ந்தால் எண்ணெய் ஆகும். எலிப் புழுக்கை காய்வது எதற்காக?

சென்ற சில தினங்களுக்கு முன்தான் முதல் நாள் காவேரியை நான் வெயில் காய்ந்த தினுசில் பார்த்தது. காலை வெயிலின் ரேகைகள் பாம்புகளாய் நெளிந்தன. தந்தை, தாய், பிள்ளைப் பாம்புகள் என்று நிறைய பாம்புகள் வானத்திலிருந்து மாடியில் வீழ்ந்து, எல்லாம் காவேரியிடம் போய்ப் பிணைந்துகொண்டன. பிளவுபட்ட நாக்கை உடையதால் பிணாகம்.

கூந்தலில் நீர்ப் பொடிகள் பற்றி எரியும் வைரத் துகள்கள், புகை எழ ஜொலிக்கும் முடித்தீ. எப்போது மாடிக்கு வந்தாலும், பார்வையைக் கனகாம்பரத் தொட்டியில் பதித்தாள் அவள். நாலு தொட்டிகள் இருந்தன. இரண்டில் இளவயலட் நிறப் பூக்கள் பூக்கும் செடிகள் இருந்தன. ஒன்றில் வெள்ளைச் சிதறலுடன்கூடிய பச்சை அகன்ற இலைச் செடி. ஒன்றில் கனகாம்பரம். மஞ்சள் கனகாம்பரம். கனகாம்பரச் செடி அவைகள், அந்த முதல் நாளில் அரச இலைகளாக மாறியது. எனக்குத் திகைப்பூட்டியது. சதா ஆரவாரம் செய்து, கவனம் ஈர்க்கும் அரசிலைகள்.

மாலை ஏழு மணிக்கு செல்வராஜு ஒரு முழு பாட்டிலுடன் என்னைப் பார்க்க வந்திருந்தான். ரொம்ப முக்கியமான விஷயம் என்றால் பாட்டிலுடன் வருவது அவன் வழக்கமாக இருந்தது. பையில் நிறைய நொறுக்குத் தீனிகள் இருந்தன. பானம், தொண்டையைப் பட்டுத் துணிபோல் படிந்து வருடி இறங்கியது. அவன் சொல்லத் தொடங்கினான்.

போன பௌர்ணமியின்போது, அவன் மாமியார் காலமானாள். கருமாதி முடிந்தது. அந்த அம்மாளுக்கு இரண்டு பெண்கள், மூத்தவள் ஹேமாவதி. ஆறு வயசும், இரண்டு வயசும் ஆன

குழந்தைகளை விட்டுச் செத்துப் போனாள். குழந்தைகளின் தந்தை, உடனே மறுகல்யாணம் பண்ணிக்கொண்டான். கிழவி, குழந்தைகளைத் தன் பராமரிப்பில் வைத்துக்கொண்டாள். இரண்டும் வீட்டுக்குப் பக்கத்தில் இருக்கும் பள்ளிகளில் படித்தார்கள். வீட்டைப் பார்த்துக்கொள்ளவும் ஆள் இல்லை. யோசித்தானாம். வேறு வழியில்லை, இருக்கும் வாடகை வீட்டைக் காலி பண்ணிக்கொண்டு மாமியார் வீட்டோடு போய் விடுவது உசிதம், வீடு சொந்த வீடு, இரண்டாவது பெண் பார்வதிக்குத்தான், அதுதான் அவன் மனைவிக்குத்தான் அது சேரும். குழந்தைகளையும் பார்த்துக்கொள்ளலாம். கடவுள் அவனுக்குத்தான் குழந்தைப் பேறை அருளவில்லையே...

“சரி, செய். மாமியார் வீட்டோட போய்விடுவதுதான் நல்லது”

“அதுதான் பிரச்சினை”

ஆட்டோ செல்வ சக்தி விநாயகர் கோயிலுக்கும், மாமியார் வீடு இருக்கும் பவழக்காரன் சாவடிக்கும் இடையே இப்போது இருபத்தேழு கிலோமீட்டர். தினம் கோயில் சம்ஸ்காரங்கள் பண்ண முடியாது. அவ்வளவு தூரத்திலிருந்து வந்து போக முடியுமா?

“என்ன பண்ண யோசித்திருக்கிறே?”

“கோயிலை விற்றுவிடலாம் என்று முடிவு பண்ணி இருக்கேன்”

“கோயிலை விற்றுவிடுவதா?”

“செய்தால் என்ன? பிள்ளையார் கொஞ்சம் கொஞ்சமாக, பிரபலமாகிக் கொண்டிருக்கிறார். போன வாரம் எம். எல். ஏ. காரில் வந்து இறங்கிக் கும்பிட்டுப் போனார். லோக்கல் எஸ். ஐ. பெண்டாட்டி வாடிக்கைக்காரி. உண்டியலிலும், தினம் சுமார் இருபது இருபத்தைந்து விழுது. செவ்வாய், வெள்ளியில் நாற்பது, ஐம்பது தேறும்!

சிங்கார வேலு சக ஆட்டோ டிரைவர் கோயிலை வாங்கிக்கொள்ளத் தயார். செல்வராஜு ஐயாயிரம் கேட்டிருக்கிறான். சிங்காரம் ரெண்டாயிரத்தில் நிற்கிறான்.

“நான் என்ன செய்ய வேணும் செல்வராஜு?”

“சிங்காரத்தை வரச் சொல்றேன். பஞ்சாயத்துப் பண்ணி மூவாயிரமாவது வாங்கிக் கொடுக்கணும்.”

மறுநாளே சிங்காரம் வந்தான்.

“நீங்களே சொல்லுங்க சார். மூலைக்கு மூலை பெட்டிக் கடை மாதிரிக் கோயில் வந்துடுச்சு. பிள்ளையார் கோயிலுக்கு பரிட்சை நேரத்தில்தான் சார் மரியாதை. அம்மன் கோயில்னா, பரவாயில்லை.

147 ⊙ பிரபஞ்சன் தேர்ந்தெடுத்த சிறுகதைகள்

“பிள்ளையார்ப்பட்டிக் கோயில் எப்படி?” என்றான் செல்வராஜு.

“பிள்ளையார்பட்டியும், ஆட்டோ விநாயகரும் ஒன்னா, சார்?” செல்வராஜு சப்தம் போட்டுச் சொன்னான்.

“சீத்தாபதி பிள்ளையார் ஊரெல்லாம் பால் குடிச்சுதே, எல்லாப் பிள்ளையாரும் அரை டம்ளர், ஒரு டம்ளர் பால் குடிச்சப்போ, என் பிள்ளையார் ஒன்றரை லிட்டர் பால் குடிச்சாரே, அதை மறக்கலாமா?”

செல்வராஜு கசங்கிய ஒரு தமிழ் மாலைப் பத்திரிகையை எடுத்து வெளியே போட்டான். அதில் ஆட்டோ விநாயகர் படமும், வரிசையில் நிற்கும் பக்தர்களும் “ஒன்றரை லிட்டல் பால் குடிக்கும் சூப்பர் பிள்ளையார்” என்ற தலைப்பும் காணப்பட்டன.

கடைசியில் இரண்டாயிரத்து ஐநூற்றுக்கு விலை படிந்தது.

“நான் பிள்ளையார் பெயரை மாற்றப் போகிறேன்” என்றான். சிங்காரம்.

“பொருள் இனி உன்னோடது, உன்னை நான் கேட்க முடியுமா? ஆனா, பிள்ளையார் மவுசைக் காப்பாத்தனும்.”

அடுத்த வாரமே பணமும், பிள்ளையாரும் கைமாறினார்கள். ஆட்டோ சிங்கார விநாயகர்” என்று ஒரு புதிய போர்டு போட்டான் சிங்காரம். போகும்போது, அந்தத் தகவலைச் சொன்னான் செல்வராஜு.

“காவேரி காதலனுடன் போய்விட்டாளாம். தேடச் சொல்லித் தாத்தா கேட்டுக்கொண்டாராம்.

“எனக்கு இதா வேலை?” என்று கேட்டான் செல்வராஜு என்னிடம். அதோடு “அடிக்கடி பிள்ளையாரைப் போய்ப் பாரு, சீத்தா” என்றும் கேட்டுக்கொண்டான்.

2001

❖

குழந்தை அழுதுக்கொண்டே இருக்கிறது

"ஏ.வி. எஸ். பெருமாளுக்கு விழிப்பு ஏற்பட்டது. அதாவது உறக்கம் கலைந்தது.

அவ்வளவுதான். 'விழிப்பு' என்றதும் ஆன்மீக விழிப்பு போன்ற பெரிய சமாச்சாரங்களை நினைத்து விடக்கூடாது. அவர் எப்போதும் முப்போதும் சாதாரண மனிதர். உப்பு, புளி, விவகாரி. சுவர் மணி 4. 38.

சலவை நிலையத்துக்கு என கறுப்புத் துணியில் கட்டி வைக்கப்பட்ட மூட்டை மாதிரி இருந்தது வானம். பால்கனிக்கு வந்து நின்றார். காலைத்தென்றல், குளித்தபின் வரும் இதம். அவர் வழக்கமாக எழும் நேரம் இது. இரவு பன்னிரண்டு மணிக்கு அவரின் அந்த நாள் முடியும்.

இரவுக்கு முந்தைய பின் மாலைப் பொழுதில், ஒரு குறுநடைக்குப் பிறகு வீடு திரும்பிக் குளிப்பார். பேஷன்டுகள் வந்திருந்தால் கவனிப்பார். இல்லையென்றால் தன் மாடி அறைக்கு வந்து, ஒரு கிளாசில் அளவான பிராந்தியும் நொறுக்கும் எடுத்துக்கொண்டு சாய்வு நாற்காலியில் சாய்வார். கையெட்டும் தூரத்து ஃபிரிட்ஜில் இருந்து சோடாவை எடுத்துக் கலந்து கொள்வார். கொஞ்ச கொஞ்சமாக அருந்தியபடி முந்தைய பக்கத்தில் இருந்து தொடர்ந்து வாசிக்க ஆரம்பிப்பார்.

தோன்றினால் டைரியை எடுத்து வைத்துக்கொண்டு எழுதுவார். அவ்வப்போது பால்கனிக்கு வந்து நின்று கொஞ்சம் கொஞ்சமாக அருந்துவார்.

அசையும் மரம், இரவைக் கிழிக்கும் ஆட்டோ குரல், நினைத்துக்கொண்டு குரைக்கும் எதிர்ச்சாரி மரத்தடி நாய் இவைகளில் மனதைச் செலுத்துவார். எப்போதாவது, மூன்று மைல் தூரத்தில் தனியாக வாழ்ந்துகொண்டிருக்கும் மனைவியோ, வெளிநாட்டில் வாழ்ந்துகொண்டிருக்கும் இரு பிள்ளைகளுமோ நினைவுக்கு வருவார்கள். மீண்டும் மதுவை கிளாசில் வார்த்துக்கொண்டு இருட்டைப் பார்த்தபடி நிற்பார். புத்தரின் அமர்ந்த படிமம்போல் இருள் வானத்தை வியாபித்துக்கொண்டு அமர்ந்திருக்கும். இருள்தான், அனைத்துக்கும் தோற்றுவாய் என்று அவர் நினைக்கத் தொடங்கி இருந்தார். இருள் என்பது சூன்யம். சூல்கொண்டிருப்பது சூன்யம்... அனைத்தையும்.

பெருமாள் பால்கனிக்கு வந்து நின்றார். நேற்றுபோல் இருந்தது, இன்றைய வைகறைக்கு முந்தைய இருட்டும். இருள் எப்போதும் தன் ஆடையை மாற்றிக் கொள்வதில்லை. முகத்தையும் மாற்றிக் கொள்வதில்லை. கதிர் ஒளி வந்ததும், தன் பாதிக்கு இடம் விட்டுக் கௌரவமாக ஒதுங்கிக் கொள்கிறது இருட்டு. வெளிச்சம் நாகரீகமற்ற வஸ்து, அனுமதிக்காத இடத்திலும் அனுமதி இன்றிப் பிரவேசிக்கும் அநாகரீகம் வெளிச்சம்.

அன்றைய புதிய நாளின் பெயர் சனிக்கிழமை என்பது நினைவுக்கு வந்தது. அவருக்கு, சனிகூட இருட்டுமேனியன்தான். தோதாகக் காக்கையை வாகனமாகக் கொண்டவன். யாராலும் புறக்கணிக்கப்படும் பறவையைத் தேர்ந்தவன். காக்கையைத் தன் வாகனமாகக்கொண்டவன். பெருமாளுக்கு அதனால் சனியைப் பிடிக்கும்.

இன்னும் இருள் விடைபெறவில்லை. சூரிய ரேகைகள் வர இன்னும் நேரம் இருந்தது. இருட்டில் மூழ்கி இருந்த மரத்தில் அடர்ந்திருந்த பறவைகள் கூவிக் கதிரை அழைத்துக்கொண்டிருந்தன. பறவைகள் பாஷையில் அபத்தங்கள் இருக்காது.

இருட்டுக்குள் நின்றுகொண்டிருந்தார் அவர். காபி கிடைத்தால் இந்நேரம் அற்புதமாக இருக்கும். அவர்தான் போட்டுக்கொள்ள வேண்டும். ஏழரை மணிக்கு வரும் சமையல்கார அம்மாள் போட்டுத் தர வேண்டும். தேவையை மற்ற மனிதர்களின் பொறுப்பாக்கிக்கொண்டு வருந்துவதும், ஏமாறுவதும் வாழ்க்கையின் பெரும்பான்மை நேரத்தையும் மனசையும் கொல்லுகிற அனுபவம். அவருக்கு உண்டு என்றாலும் ஜனங்களோடு வாழும்போது நட்புக்கரம் நீட்டாமல் இருக்க முடியாதுதான்.

150 ⊙ பிரபஞ்சன் தேர்ந்தெடுத்த சிறுகதைகள்

இருட்டு இப்போதெல்லாம் அவருக்கு அச்சம் தரத் தொடங்கி இருக்கிறது. காலை வருகைக்கு முந்தைய இருட்டு நிம்மதியையும் அஸ்தமிக்கும் நேரத்துப் பிந்தைய இருட்டு பயத்தையும் தரத் தொடங்கி இருந்தது. மாலை மயங்கும் பின்னாலும், இருள்வதற்கு முன்னாலும், துவைத்துத் துவைத்துப் பழுப்பேறிய பழைய வேட்டியைப்போல தெரு, முதுமை கொள்ளும்போது அவர் பயம்கொள்ளத் தொடங்குகிறார். நரம்புகள் தொய்வடைவதுபோல உணர்கிறார். யாருடைய கூர்நகமோ அவரைக் கிழிக்கக் காத்திருப்பதுபோல, அவர் நம்பத் தொடங்குகிறார். இருட்டின் குட்டிகள், கொம்புகளோடு கூடிய குரங்குகள்போல தெரு மரங்களில் இருந்து இறங்கி வந்து, தொலைக்காட்சிப் பெட்டிக்குப் பின், படிகளின் கீழே, கட்டிலின் இருள் சந்துகளின் ஊடே ஒளிந்துகொண்டு விசித்திர சப்தங்கள் எழுப்புகின்றன. நூறுபேர் மொத்தமாக ஷூ போட்டுக்கொண்டு அவரை நோக்கி நடந்து வருகிறார்கள். போதை தரும் உறக்கத்தை அவர் கைதட்டி அழைக்கிறார். கிளைகளிலிருந்து இருள் துகள்கள், நகம் போன்ற உருவில் அவர் அறைக்குள் நுழைகின்றன.

விடியலின் கீற்றுகள் தென்படுவதைக் கண்டு மகிழ்ந்தார். நிம்மதிகொண்டார். இருளும்போது அச்சமும் கவலையும் துயரமும் இணைந்து படிந்தவை வைகறையில் மடியத் தொடங்கின. வாகனங்கள், வைகறை வெளிச்சத்தைக் கிழிக்கத் தொடங்கி இருந்தன. காலை உலவலுக்கு நாயுடன் நடப்பவர்கள் தெரு ஓரம் காணப்பட்டார்கள். நாய்கள் ஆரோக்யமாக மகிழ்ச்சியாக நடந்தன. செல்லில் மணி ஆறை நெருங்கியதைப் பார்த்தார். வேலைக்கார அம்மாள், ஏழரை மணிக்கு மேல்தான் வருவார். காலைகளை நல்ல காபியுடன் கௌரவிக்க வேண்டும் அவருக்கு. கைலியை மாற்றி வேட்டி சட்டையுமாகக் கிருஷ்ணாசுக்குப் புறப்பட்டார். பளபளக்கும் வெள்ளைத்தாள் மாதிரி, காலை வந்துகொண்டிருந்தது. ஆரோக்யமான வெள்ளை நகம்போல இருக்கிறது என்று நினைத்தார். சிதம்பர சுவாமிகள் பாடிய அவருக்குப் பிடித்த பாடல் வரிகளை மனசுக்குள் சொல்லத் தொடங்கினார்.

‘நோயில் தளராமல், நொந்து மனம் வாடாமல், பாயில் கிடக்காமல் பாவியேன் காயத்தை, ஓர் நொடிக்குள் நீக்கி, எனை ஒண் போரூர் ஐயா நின் சீரடிக்கீழ் வைப்பாய் தெரிந்து...’

அவர் பாயில் கிடக்கமாட்டார். கூடாது. அதிகாரபூர்வமாக இல்லாமல் ஆனால் பிரிந்து வாழும் அவர் மனைவி வருவார்,

வரமாட்டார் என்று நினைப்பது பாவம். மேனாட்டில் மனைவி மக்களோடு வாழ்ந்து கொண்டிருக்கும் அவரது இரு பிள்ளைகளும், பாயில் கிடந்தால் வரமாட்டார்கள். அவர்கள் அவர்களுடைய அதிகாரிகளிடம், 'பாயில் கிடக்கிறார் என் தந்தை' என்று சொல்லி விடுமுறை கேட்க முடியாது. இறந்து விட்டார் எனலாம். உடன் விடுமுறை கிடைக்கும். அதுவும் நியாயம்தானே. முடிந்த வாக்கியத்துக்குத்தான் முற்றுப்புள்ளி வைக்க முடியும்.

ஒரு விடுமுறையின்போது பெரியவன், "என்னத்துக்கு இந்த வயதில் இங்கே கிடந்து அல்லாடறது. என்னோட வந்துடுங்களேன்" என்றான். அந்த நாட்டில், அண்ணன் உடன் அடுத்த மாநிலத்தில் வாழும் தங்கை சொன்னாள், 'அவள் மிகவும் பிராக்டிக்கல்' என்பாள் அவள் அம்மா.

"உளறாதே அண்ணா, அந்த நாட்டின் குடியுரிமை இல்லாத ஒருத்தர் அங்கே செத்துப் போனால், புதைப்பதற்கு ரொம்பவும் அலைய வேண்டி இருக்கும். அதோடு பணச் செலவும் அதிகம். அப்பா இங்கேயே இருக்கட்டும். அதுதான் எல்லாருக்கும் நல்லது. யாருக்கும் நரகமாகக்கூடாது"

"யூ ஆர் கரெக்ட்டி" என்றான் பெரியவன்.

காபி கசந்தது. மருத்துவர் அறிவுரைப்படி இப்போது சர்க்கரை சேர்த்துக் கொள்வதில்லை அவர். சர்க்கரை நோய், அவருக்குள் நுழைந்திருந்தது. ஒரு சின்ன நடையை வேகத்துடன் மேற்கொண்டார். அவருடன் பலர் நடந்தார்கள். வணக்கம் டாக்டர் என்று சிலர், (அவர் பேஷன்ட்டுகளாக இருக்கலாம்) சொன்னார்கள்.

நாய்களை முன்னால் நடக்கவிட்டு, மனிதர்கள் பின்னால் நடந்து போனார்கள். பெட்டிக்கடையின் முன் போஸ்டர்களை வெறித்துக்கொண்டு நின்றிருந்தார்கள் சிலர்.

பெரிய வயிறும், இறுக்கமான சட்டையும் பொருத்தம் இல்லாத ஷார்ட்சும் அணிந்த முதியவர் ஒருவர் வணக்கம் சொல்லி அவர் முன் நின்றார் வழக்கறிஞர்.

"என்ன, வக்கீல் சார், சர்க்கரை அளவு சரியா இருக்கா?"

"அப்படித்தான் நம்பறேன் டாக்டர். திடீர்னு ஏறுது, இறங்குது, நேத்து ப்ளட் டெஸ்ட் பண்ணேன். ரிப்போர்ட்டை எடுத்துக்கிட்டு சாயரட்சை வர்றேனே"

வக்கீல் கையில் பிடித்திருந்த பாமரேனியன் நோயில்லாத ஜந்து. டாக்டரைப் பற்றிய கவலை இல்லாமல், பக்கத்து மரத்தில் தன் உபாதையைப் போக்கிக்கொண்டிருந்தது.

எ. வி. எஸ். பெருமாளின் தந்தை எஸ். வி. பெருமாளின் கனவு, மகனை டாக்டராக்கிப் பார்ப்பது என்பது. பெரியோர்கள் என்பவர்கள் கனவு காண்பார்கள். பிள்ளைகள் என்பவர்கள் கனவுகளை சாத்தியமாக்குபவர்கள். சாத்தியமாக்கியவர், பெருமாள். கல்லூரியில் அவர் பெயர் வினோதமாகப் பார்க்கப்பட்டபோது வருத்தம் அடைந்தார். அழகிய வினோத சௌந்தர்யப் பெருமாள் என்று சொல்லி முடித்த அவர் முகத்தைப் பார்க்காமல் சகமாணவர்கள் இருந்தது இல்லை. ஆனால் அவர் அப்பா, நித்ய வினோத சௌந்தர்யப் பெருமாள் பெருமை தோன்ற “நம்ம குடும்ப மரபுடா அது. என் அப்பாவுக்கு, உன் தாத்தாவுக்கு நாலுதிசை வினோத சௌந்தர்யப் பெருமாள்னு பேர். அவரோட தகப்பனாருக்கு எண்திசை வினோத சௌந்தர்யப் பெருமாள்னு பேர். எதை வேண்டுமானாலும் மாத்திக்கோ, பேரை மாத்த உனக்கு உரிமை இல்லை. நமக்குன்னு ஒரு கெவுரதை இருக்கில்லை” என்றார் பெரியவர்.

வேலைக்கார அம்மாள் போட்டு வைத்திருந்த காபியை பிளாஸ்கிலிருந்து எடுத்துச் சாப்பிட்டார். பேப்பர் படித்தார். புத்தக அடுக்கிலிருந்து அவ்வப்போது அவர் வாசிக்கும் புத்தகத்தை எடுத்தார். அடையாளம் வைத்திருந்த அந்தப் பக்கத்தில் அந்தப் பாடலைத் தேடினார். முன்னரே அகப்பட்டதுதான். ‘தடித்ததோர் மகனைத் தந்தை ஈண்டு அடித்தால் தாயுடன் அணைப்பள். தாயடித்தால் பிடித்தொரு தந்தை அணைப்பன். ஈங்கெனக்குத் தந்தையும் தாயும் பொடித்திருமேனி அம்பலத்தாடும் புனித நீ ஆதலால், அடித்ததுபோதும், அணைத்திடல் வேண்டும் அம்மையப்பா இனி ஆற்றேன்...’

அவர் இருந்த இடத்திலிருந்து தெருவைப் பார்க்க முடிந்தது. எதிர்ச்சுவற்றில் ஒட்டப்பட்ட போஸ்டரைக் கவ்வி இழுத்துத் தின்ன முயன்றுகொண்டிருந்தது ஓர் இளைத்த மாடு. ஐநூறு கோடியில் நடந்த திருமணம் பற்றிய செய்தி நினைவுக்கு வந்தது. ஆனால் டாக்டர் மணமகனுக்குக் கொட்டிக் கொடுக்கத் தயாராக இருந்தார். அவர் மாமனார் மனைவியும் டாக்டர்தானே. அவர் மிகச்சிக்கனமாகத் திட்டமிட்டு அப்படியே செய்து முடித்தார். பிள்ளைகள் இருவருக்கும் சிக்கனமாகவே திருமணமும் வரவேற்பும் நிகழ்ந்தது. கல்வி

தந்து, வெளிநாட்டில் பணியாற்றும் தகுதியும் தந்து, பிறந்து நாடு திரும்பினால் வாழ அவர்களுக்கென்று வீடுகளும் ஏற்படுத்தித் தந்துள்ளார். தந்தை மகன்களுக்கு உதவி நன்றி. வள்ளுவர் தந்தை என்றுதான் சொன்னார். ஆனால் அவர் மனைவி, தன் பிள்ளைகளின் தாய், அவர்களுக்குச் செய்தவை அளவில்லாதவை, அவரைக் காட்டிலும் அதிகமானவை.

மதியச் சாப்பாட்டுக்குப் பிறகு குறைந்தது இரண்டு மணி நேரமாவது பெருமாள் உறங்கப் போவார். ஐந்து மணிக்கு எழுந்து கொள்வார். போட்டு வைத்த காபியை அருந்துவார். பசிப்பதுபோல இருந்தால், வேலைக்கார அம்மாவை, உப்புமா பண்ணச் சொல்லுவார். அன்றும் சொன்னார். சாப்பிட உட்காரும்போது, வரலட்சுமி அழைத்தார். மிஸஸ் பெருமாள் என்று இப்போதும் தன்னை அழைத்துக் கொள்ளும் அவர்தான். தனியாக வேறு வீட்டில் இருக்கிறார். தனியாக இருக்க வேண்டும்போல இருக்கிறது என்றார். தனியாக பிராக்டீஸ் பண்ண வேண்டும் என்றார். அவர், தன் சொந்த மருத்துவமனையை விட்டு நீங்கிய பிறகு அந்த முடிவை அம்மனுஷி எடுத்தார். எப்படி இருக்கிறார், மருந்து மாத்திரைகளை ஒழுங்காச் சாப்பிடுகிறாரா, பிள்ளைகள் தொலைபேசியில் அழைக்கிறார்களா என்று கேட்டார். இரண்டு நாட்களுக்கு ஒரு முறை அவர் பேசுவது வழக்கம். பழக்க தோஷம் என்பதுபோல, தேடி வருகிற பேஷன்டுகள் இன்னும் இருக்கவே செய்கிறார்கள். அவ்வப்போது, மருந்துக் கம்பெனிப் பிரதிநிதிகள் தலை காட்டுவதும் உண்டு. பேஷன்டுகளைப் பழைய நண்பர்கள் என்று அவர் சொல்வார். மாலை ஏழு மணிக்கு அவர் முன்னறைக்கு வந்து அமர்வார். அழைத்தாலும் அழைக்காவிட்டாலும் அவருடன் பல பத்தாண்டுகள் பணியாற்றிய நர்ஸ் பத்மா வந்து, பத்திரிகை படித்துக்கொண்டு அமர்ந்திருப்பாள். வலிக்காமல் ஊசி போடுபவள் என்ற நற்பெயர் அவளுக்குண்டு.

அறையில் பத்மா உட்கார்ந்து படித்துக்கொண்டிருந்தாள். சற்று தூரத்தில் வக்கீல் அமர்ந்திருந்தார். தலையசைத்து அவரைத் தன் முன் அமர்த்திக்கொண்டு, ரிப்போர்ட்டைப் பார்த்தார் பெருமாள். இரண்டு வாரத்துக்கு முன் மருந்தை மாற்றி இருந்தார் வக்கீல். "சார், மிசஸ் பெருமாள் எழுதிக் கொடுத்த மருந்து, ரொம்ப நல்லா வேலை செய்திருக்கு, பார்த்தேளா?"

"ஆமாமா டாக்டர். நீங்க கொஞ்ச நாள் வெளியூர்க்குப் போயிருந்தப்போ அவசரத்துக்கு மேடத்தைக் கன்சல்ட் பண்ணேன்"

"டயாபெட்டிஸ்ல அவங்க எக்ஸ்பெர்ட். அந்த மருந்தையே கண்டினியூ பண்ணுங்க…"

"அதென்ன டாக்டர், இப்போல்லாம் ஏன் இவ்வளவு சர்க்கரை நோயாளிகள். பத்துப் பேர்ல ஏழு பேர் நோயாளியா இருக்கான்?"

"வாழ்க்கை கசப்பா போச்சில்லையோ?" என்ற பெருமாள் சிரித்துக்கொண்டார். "உணவு முறை, வாழ்க்கை முறை, சுற்றுப்புறச் சூழல், மனுஷ மனம், அப்புறம் பரம்பரை எல்லாம் காரணம்."

"குழந்தைக்கெல்லாம்கூட இப்போ சர்க்கரை நோய் வருது சார்!"

"வளர்ந்த மனுஷனுக்கு வர்ற நோய் இளம் மனுஷனுக்கும் வரத்தானே செய்யும்"

"விதி சார்" என்றார் வக்கீல்.

"விஞ்ஞானத்துல விதி இல்லை சார். மதம் சார்ந்த கலாசாரத்துலதான் அது இருக்கு."

"உங்களுக்கு மத நம்பிக்கை இல்லேன்னு நினைக்கிறேன், சரியா டாக்டர்.?"

பெருமாள் சிரித்து வைத்துக் கேள்வியைக் கடந்தார். வாசலில் யாரோ ஒரு பெண், குழந்தையுடன் வந்து நின்றாள். குழந்தை அழுதுகொண்டிருந்தது. வலியின் அழுகை. அந்த அம்மாள், குழந்தையை நிற்க வைத்து அதன் பின் தொடையைக் காட்டினாள். காயம் சீழ் கட்டி இருந்தது. வலியால் துடித்தது குழந்தை.

"எப்படிக் காயம் பட்டது?"

"கீழே விழுந்து காயம் பட்டுருச்சி"

"கீழே விழுந்த காயமா, உடனே கவனிச்சு இருக்க வேண்டாமா?"

நர்ஸ் குழந்தையை எடுத்துக்கொண்டு திரைச்சிலைக்குப் பின்னே போனாள். திரைச்சீலையின் பின் குழந்தை அலறி

அழுதுகொண்டிருந்தது. கட்டுப் போட்டு வெளியே எடுத்து வந்தாள் நர்ஸ். குழந்தையின் அழுகை மட்டுப்பட்டிருந்தது.

டாக்டர் சில மருந்தும் களிம்பும் எழுதிக் கொடுத்தார்.

"மருந்து வாங்க காசு இருக்கா?"

குழந்தையை எடுத்து வந்த அம்மாள், "இல்லம்மா" என்றாள்.

நர்ஸ், பர்சை எடுத்தாள். அதற்குள் டாக்டர், மேசை டிராயரைத் திறந்து ஒரு நூறு ரூபாய் எடுத்துக் கொடுத்தார்.

அந்த அம்மாள் கும்பிட்டுச் சென்றாள்.

"பாவப்பட்ட குழந்தை" என்றாள் நர்ஸ்.

பெருமாள் "என்ன?" என்றார்.

"இந்தப் பொம்பிளை, குழந்தையை வாடகைக்கு விடறவ டாக்டர். வாடகைக்கு எடுக்கிற பெண்கள், குழந்தையைக் காட்டிப் பிச்சை எடுப்பாங்க. சும்மா இல்லை. துடையில ரகசியமா கிள்ளி குழந்தையை அழ வைப்பாங்க. கிள்ளிய இடத்திலேயே மேலும் மேலும் கிள்ளினா ரத்தம் வரும். சீழ் வைக்கும். குழந்தை அலறித் துடிக்கும். துடிக்கத் துடிக்கக் காசுகூட கிடைக்கும். கடவுளே…"

மருந்துக்கடை வாசலில் கடை முதலாளி வாசுவைப் பார்த்தார். மாலை உலவப் புறப்பட்டுக்கொண்டிருந்தார் அவர். நடந்தார்கள். தெரு ஓரத்தில் கிளி, சீட்டெடுத்து மக்களுக்கு ஜோசியம் சொல்லிக்கொண்டிருந்தது. "பாவம் கிளி" என்றார் வாசு.

"பாவம் குழந்தை" என்ற டாக்டர், அந்தக் குழந்தையைப் பற்றிச் சொன்னார்.

"கொடுமை சார்"

"வரவர மனிதர் வாழத்தக்க தேசமா இல்லை சார் இது. மனுஷனுக்குக் கிளி, ஜோசியம் பாக்குது. இப்ப, இந்த நிமிஷத்துல எங்கோ ஒரு இடத்துல சிக்னலுக்கு எதிர்பார்த்து கார்கள் நிற்கிற இடத்துல, அந்தக் குழந்தையை ஒரு பெண் கிள்ளி, அழப் பண்ணிக்கிட்டு இருப்பா. யானைகள் பிச்சை எடுக்குது. சர்க்கசில் கரடி மோட்டார் விடறது."

இருவருக்கும் இடையில் மௌனம், ஒரு கல் மாதிரி விழுந்தது. டாக்டர்தான் அதைக் குலைத்தார்.

"அதோ தெரியுது பாருங்க சார், மாளிகை. சரியா, பத்து வருஷத்துக்கு முன்னால, அந்தப் பையன், அவன்தான் சார் இப்ப தலைவனா இருக்கானே, அவன்தான், மூட்டை தூக்கிப் பிழைச்சுட்டு, ரொம்ப நல்லவனா இருந்தான். எனக்குத் தெரியும். என் பேஷண்டும்கூட. அப்புறம் உடை, பேச்சு எல்லாம் மாறிச்சு. மக்கள் பிரதிநிதின்னு சொல்றாங்க. புறம்போக்கை வளைச்சு மாளிகை. வண்டி வாகனம், ஆள் அம்பு கோடியில குளிக்கிறானாம். சட்டம், நீதி, நியாயம், ஒழுக்கம், நேர்மை எல்லாம் எங்க போச்சு? எத்தனை மோசமான உலகம் இது"

இரவு உணவுக்குப் பிறகு படித்தார். படிப்பில், கவனம் குவியவில்லை. படித்த புத்தகத்தில் ஒரு வரி அவரைத் தடுத்தது. ஒரு மனிதன், முறையற்ற முறையில் செல்வமும், செல்வாக்கும் புகழும் பெற்று முன்னணிக்கு வந்து தலைமை ஸ்தானைத்தையும் பெற்று மக்களுக்கு ஆணை இடும் அதிகாரத்தையும் பெற்று விடுகிறானோ, அவனை அவ்வாறு ஆக்கிய அந்த தேசம் அழியப் போகிறது என்று பொருள். அந்த நிலைமையை அனுமதித்திருக்கும் அந்த தேச மக்களும் குற்றவாளிக் சமூகமாக மதிக்கப்பட வேண்டும். குற்றவாளிச் சமூகத்தில் சட்டம் கையேந்தும் நீதி மயக்கமுறும், நியாயம் செத்துவிடும், தனி மனிதர்கள் இழிவுக்கு உள்ளாவார்கள்."

புத்தகத்தை மூடி வைத்த டாக்டர், கிளாசில் மதுவை ஊற்றிக்கொண்டு பால்கனிக்கு வந்து நின்றார். தெருவை, வெளியை, மரங்களை ஆகாயத்தை இருட்டு விழுங்கி இருந்தது.

அவருக்கு அச்சம் தோன்றியது. இருள் ஒரு பாம்பைப்போல ஊர்ந்து ஊர்ந்து படியேறி வருகிறது. அவர் அறைக்குள் புகுந்து அவரை நோக்கி வருகிறது. ஒரு நாற்காலியை எடுத்து வந்து பால்கனியில் அமர்ந்தார். ஐம்பது ஆண்டுகால மருத்துவத் தொழிலில் எந்தக் குற்றமும் செய்யாதவர் அவர். ஆனால் பல குற்றங்கள் செய்ததாக நம்பினார். அந்தக் கணத்தில் அப்படித் தோன்றியது அவருக்கு.

சைக்கிள் கற்றுக் கொள்ளும்போது, ஒரு நாய்க்குட்டியின் மேல் ஏற்றி இருக்கிறார். பயிறு விற்றுக்கொண்டு போன ஒரு கிழவியின் மேல் மோதி அவளின் ஒரு நாள் பிழைப்பைக் கெடுத்திருக்கிறார். மனைவியை மரியாதை செய்திருக்கிறார். பிள்ளைகளை நேசித்து உரிய காலத்து உரிய கடமைகளைச் செய்திருக்கிறார். இன்னும் கொஞ்ச காலம் மருத்துவமனையை நடத்தலாமே என்று அவர் மனைவி சொன்னபோது, "இல்லை, எனக்கு அலுப்பாக இருக்கிறது" என்று சொல்லி வருவாயை

இழந்திருக்கிறார். மேலும் மேலும், சம்பாதித்துக்கொண்டே இருப்பது, தன்னைத்தானே ஒரு இயந்திரமாக்கிக் கொண்டிருப்பதாக அவருக்குத் தோன்றியது. எல்லாவற்றையும் விட்டு வெளியேறினார்.

மீண்டும் கொஞ்சம் மதுவை நிரப்பிக்கொண்டு பால்கனி நாற்காலியில் வந்து அமர்ந்தார். தெருவில் அப்போது ஒரு போலீஸ் வாகனம், அவர் வீட்டுக்கு முன் வந்து நின்றது. பெருமாள் பதற்றத்துக்கு உள்ளானார். வேனையே பார்த்துக்கொண்டு அமர்ந்திருந்தார். ஒருவன், தப்பு, ஒருவர் அதிகாரி என்றும் மற்றவர்கள் சிறு அதிகாரியாகவும் கற்பனை செய்துகொண்டார். எப்படிக் கைது செய்யலாம் என்று யோசிக்கிறவர்களாக இருக்கும். பெரியவர், பாதை ஓரமாகச் சென்று சிறுநீர் கழித்தார். அவருக்கு முதுகைக் காட்டிக்கொண்டுதான். அது நல்ல விஷயம். அது சரி அதிகாரி என்றால் அது வராமல் இருக்குமா என்ன? மற்றவர், பாக்கெட்டில் கையை விட்டார். விலங்கை எடுக்கவா? இல்லை. ஒரு சிகரெட்டை எடுத்துப் பற்ற வைத்துக்கொண்டார். ஒன்று உறுதி. அவர்கள் சம தரத்து அதிகாரிகள். கைது என்று சொல்லி அழைத்துப் போவார்களா, கௌரவமாக. இல்லை, கழுத்தில் அறைந்து இழுத்துப் போவார்களா?

அந்தக் காலத்து நினைவு ஒன்று மேலெழுந்து வந்தது. வாலிப டாக்டர் அவர். தருமபுரி பகுதியில் அவர் அப்போது பணி. நக்சலைட்டுகள் என்று சொல்லப்பட்டவர்கள் அவரிடம்தான் நோயுற்றால், அடிபட்டால், காயம் பட்டால் வருவார்கள். தன்னிடம் வரும் நோயாளிகள் அனைவருக்கும் அவர் சினேகமாக இருந்தார். போலீஸ் அவரை அடிக்கிறது. பாலனுக்கு நீ வைத்தியம் பார்த்தாயாடா என்று கேட்டு அடிக்கிறார்கள். அவர் அழுதுகொண்டே “ஆம்” என்கிறார். நல்லது. “அவர் நக்சலைட்” அவர் செல்போனில் ‘கோட்டீஸ்’ என்று ஒரு பெயர் இருக்கிறது. அது யார் என்கிறார்கள். என் வகுப்புத் தோழன் கோட்டீஸ்வரன் என்கிறார் அவர். இல்லை, கோட்சேவைத்தான் அப்படி ‘புரியாமல்’ வைத்திருக்கிறாய் என்கிறார்கள் அவர்கள். “மகாத்மா காந்தியைக் கொன்ற கூட்டத்தைச் சேர்ந்தவர்” அவர் தலைமறைவாக, டாக்டர் தொழில் பார்த்திருக்கிறார். போதுமே, அவர் கஞ்சா வைத்திருக்கிறார். நான் கஞ்சாவையே பார்த்தது இல்லை என்கிறார் அவர். ‘இதோ பார்’ என்று பாக்கெட்டிலிருந்து எடுத்துக் காட்டுகிறார்கள். “போதை கடத்தல்காரன்”.

போலீஸ் வாகனம் புறப்பட்டுச் சென்றது.

அவரால் நிம்மதி அடைய முடியவில்லை. வாகனம் திரும்பி வரலாமே!

உள்ளே சென்று மதுவை எடுத்துக்கொண்டு வந்து அமர்ந்தார். எங்கிருந்தோ ஒரு குழந்தை அழும் ஓசை வந்தது. குழந்தை அலறி அழுகிறது. கத்தி அழுகிறது. குழந்தையை யாரோ சித்ரவதைச் செய்கிறார்கள். அது அலறுகிறது. குழந்தையைக் கிள்ளுகிறார்கள்.

குழந்தையைக் கடத்திச் சென்று அங்க ஈனம் செய்கிறார்கள். பிச்சை எடுக்க வைக்கிறார்கள். இளம் பெண் குழந்தைகளை விற்பனை செய்கிறார்கள்.

குழந்தை வீறிட்டு அலறிக்கொண்டே இருக்கிறது. அவரால் சகிக்க முடியவில்லை. எழுந்து உள்ளே சென்று பால்கனிக் கதவை மூடுகிறார். ஆனாலும் குழந்தையின் அழுகுரல் அவரைத் துரத்திக்கொண்டே இருக்கிறது.

செல்பேசி அவரை அழைத்தது. மிசஸ் பெருமாள்.

"சொல்"

"உம்"

"உங்க மாடி அறை விளக்கு எரிந்துகொண்டிருப்பதாக டிரைவர் சொன்னார். அந்தப் பக்கமாகப் ஒரு வேலையாய்ப் போயிருந்தார்"

"குழந்தை அழுதுகொண்டே இருக்கிறது"

சொன்னவர் அழத் தொடங்கினார்.

"அதிகம் குடித்து விட்டீர்களா. போய்ப் படுங்கள்."

தொலைபேசி அலறியது.

அவர் படுக்கையில் போய் அமர்ந்தார்.

செல்பேசி அழைத்தது, அவர் மூத்தமகன். அம்மா பேசி இருப்பாள்.

"என்னப்பா, என்ன நடக்குது அங்கே? ஒழுங்கா மருந்து சாப்பிட்டு நேரத்தோடு படுத்தா என்ன? நிறைய குடிக்கிறீங்க."

"குழந்தை அழுவுதடா. நான் என்ன பண்ணுவேன்?"

அவர் அழத் தொடங்கினார்.

அலமாரியை நோக்கி நடந்தார். இயல்பாக நடக்க முடியவில்லை. தட்டுத் தடுமாறியபடி நடந்து சென்று தேடித் தேடி மாத்திரைகளை எடுத்தார்.

மிசஸ் பெருமாள் வந்து ஏற்பாடுகளைக் கவனித்தார். பிள்ளைகள் வெளிநாட்டிலிருந்து வந்து சேரும்வரை, உடம்பைப் பாதுகாக்க் மருத்துவமனைக்கு எடுத்துச் சென்றார்கள். எதிர்வீட்டுக்காரர் இன்னொருவரிடம் பேசிக்கொண்டிருந்தார்.

“இந்தப் பூனையை என்ன பண்றது சார். ராத்திரி முழுக்க ஒரு குழந்தை மாதிரி அழறது. அசல் குழந்தை மாதிரி. குழந்தையோன்னு ரெண்டு முறை எழுந்து வந்து பார்த்தேன்”

இனி எந்த அழுகுரலும் டாக்டரை எதுவும் செய்ய முடியாது.

2017

❖